ஆத்ம அமைதி

MANITHA NEE MAGATHANAVAN

அருள்நிதி கல்யாணசுந்தர் . தி

எழுத்தறிவித்த ஈசனுக்கு ஒப்பான என் ஆசான்கள். அகர, உகர, மகரங்களையும் ஆத்திச்சூடி, கொன்றை வேந்தன், திருக்குறள், நாலடியார் ஈராக யாவையும் எனக்குத்தெளிவுபடுத்தி மனனம் செய்ய வைத்து என்னையும் முழுமனிதனாக்கி மனிதம் கெடாமல் மனித வாழ்வை நல் முறையில் சுவைக்க வழிவகுத்த என் பால பருவ முழுமுதல் எழுத்தறிவித்து இறைவனுக்கு ஒப்பான ஆசிரியப்பெருந்தகைகளுக்கு இந்நூல் சமர்ப்பணம்.

அன்னார் அனைவரும் இன்று தெய்வதிருவாகினும் அவர்தம் வழி சந்ததிமார்களுக்கும் என் வணக்கங்கள் சென்றடையட்டும்.

நூலாசிரியர் அருள்நிதி கல்யாணசுந்தர்.தி M.S (Edu.), M.Sc.,(Yoga), M.Phil., (Edu.Mgt.), DFT.

பொருளடக்கம்

அணிந்துரை

கடமை வீரர் கல்யாண்சுந்தர்!

உடுமலை அமிர்தநேயன்

"மனிதா நீ மகத்தானவன்" என்று கூறுகின்ற இந்நூலாசிரியர் தன் வாழ்வின் உள்ளார்ந்த அனுபவங்களைக் கொண்டு இந்நூலை வடித்திருக்கின்றார்.

மனிதன் என்ற சொல் 'மன + இதன்' என்ற இரண்டு சொற்களின் கூட்டு ஒசையே.

இதம் என்றல் இசைவான, பொருத்தமான என்று பொருள்படும். எனவே, மனதைப் பற்றித் தெரியாமல், அதன் செயல்திறன்களை அறியாமல், அதன் அளப்பரிய ஆற்றல்களை உணராமல் அதற்கு இசைவாக நம்மால் எவ்வாறு நடக்க இயலும்? எக்காலத்திலும் எதனாலும், அழியாதது, நிலைத்திருப்பது என்று பொருள்படும் 'மண்ணுதல்' எனும் சொல் தான் 'மனம்' என்று தமிழில் ஆகியிருக்கின்றது. அரூபமான மனதின் உணர்வுகளை 'அமைதி' எனும் இலட்சியத்தில் தொடங்கி 'பேரானந்தம்' எனும் இலக்கை அடையும் வழியை இந்நூலில் கொடுத்திருக்கின்றார்.

மனம், 'உணர்வு மனம்' என்றும் 'ஆழ்மனம்' என்றும் இருவகையாக செயல்படுகின்றது. மனம் ஒரு தசை போன்றது; தளர்ந்து விடும். ஆனாலும் முறையான உணர்வுப் பயிற்சிகளின் மூலமாக தளர்ந்து விட்ட அதை வலிமையுடையதாக ஆக்கிவிட கூடியும். மனம் நல்லவைகளையே செய்ய விரும்பினாலும் கூட அதற்கேற்ற சூழ்நிலையை நாமே அதற்கு ஏற்படுத்துக் கொடுக்க வேண்டியுள்ளது.

இல்லையெனில் அம்மனம் எதிர்மறையானவைகளையும் உடன்பாடாகக் கருதி அதையே செயலாற்றியும் விடுகின்றது. மனதையும் சிந்தனையையும் ஒன்றிலிருந்து மற்றொன்றைப் பிரிக்க முடியாது. நம் ஒவ்வொரு சிந்தனையும் நாம் வெளியே அனுப்பும் ஒரு சக்தியாகும். சுவாமி சிவானந்தர் "நீங்கள் உங்களை கடவுளின் ஸ்தானத்திலிருந்து பாருங்கள். நீங்களே கடவுள் என. உணருங்கள், பிரபஞ்சம் முழுவ-

தும் உங்களது படைப்பே என்றும், அனைத்தும் உங்கள் விருப்பத்தா-லேயே நிகழ்கின்றன என்று உணருங்கள். உங்களுக்குள் அபரிமித-பான அமைதியும், ஆற்றலும் ஊற்றெடுப்பதை நீங்கள் உணர்வீர்கள்" என்று கூறுகின்றார்.

அவருடைய கூற்றை இந்தநூலைப் படித்து உணரும் போது அறியலாம். அருள்நிதி கல்யாண்சுந்தர், தமது மனவளக்கலையினா-லும், அனுபவத்தாலும் பெற்ற உணர்வுகளை, பயனை இவ் வையக மாந்தர் அனைவரும் பெற வேண்டும் என்று கருதியே இந்நூலை எழுதியிருகின்றர்.

ஆத்மா, ஆன்மா, ஜீவன், உயிர் என்பன ஒரு பொருளையே சுட்டிச் சொல்பவை. இதுதான் உயிர் என்று சுட்டுவதில் கருத்து வேறுபாடுகள் உள்ளன. உடம்பே உயர், ஐம்பொறிகளே உயிர், மனமே உயிர், பிராண வாயுவே உயிர் என்பன அவற்றுல் சில.

உயிருக்கு உருவம் கிடையாது. உடலுக்கு உருவம் உண்டு; உயிர் அழியாது; உடல் அழியும் தன்மை உடையது: உயிர் அறியும் ஆற்-றலுடையது! உடலுக்கு அறியும் ஆற்றல் கிடையாது என, உயிருக்-கும் உடலுக்குமான இந்த வேறுபாடுகளை இந்த நூல் முழுவதும் வாசிக்கும் போது உணரலாம்.

தன்னை அறிவதே ஆன்மீகம்; அந்த ஆன்மீகத்தின் குரல் என்-பது உயிரின் உயிர்ப்பு, அதை நிறுவுகின்ற விதத்திலே இந்நூலப் படைத்திருக்கின்ற அருள்நிதி.கல்யாண்சுந்தர்.

இது போன்ற அற்புதமான படைப்புகளை மென்மேலும் படைத்-திட எல்லாம் வல்ல இறையருளை வேண்டுகின்றேன், அகத்திற்கும். புற உலகத்திற்கும் உள்ள சமநிலையை சீர்படுத்தும் இது போன்ற நூல்கள், மனித சமுதாயத்திற்கு மென்மேலும் தேவை. அதை அருள்நிதி கல்யாண்சுந்தர் போன்றவர்களே செய்ய இயலும்.

நூலுக்குள் செல்ல தடையாயிருக்காமல் வாசகர்களுக்கு வழிவி-டுகின்றேன். வாழ்க வையகம்! வாழ்க வளமுடன்!

16.07.2022.

உடுமலை அமிர்தநேயன்
தலைவர்

தமிழ் இலக்கிய ஆராய்ச்சிப் பேரவை
உடுமலைப் பேட்டை.

முன்னுரை

தமிழ் கூறும் நல்லுலக வாசகர்களுக்கு என் ஆத்மார்த்தமான வணக்கங்கள் ஆத்மீக தேடல் உள்ள தங்களின் உள்ளங்களுக்கு என் அன்பு கலந்த நன்றிகளும் வாழ்த்துக்களும்

இப்புத்தக கருத்துக்கள் எம் சுய சிந்தனையில் எழுதப்பட்டு தங்-களின் உயரிய சிந்தனைக்கு வித்திட மட்டுமே உபயோகிக்கப்பட வேண்டிய கருத்துக்கள் என தெரிவு செய்யப்பட்டு அதன் தொகுப்பு அடங்கிய புத்தகம்,

இப்புத்தகம் யார் ஒருவருக்கும் அமைதியை உடனே கொடுக்க வல்லதல்ல. மாறாக அமைதி, ஆனந்தம், பயின்று பேரானந்தப் பெருவெளியை ஒரு ஆன்மா எங்ஙனம் அடைய முடியும் என்ப-தனை என்னுடைய சுய தேடல் தொடங்கிய எனது பன்னிரண்டாம் வயது முதல் நான் கடந்து வந்த 50 வருடங்களில் தான் கடந்து வந்த வாழ்க்கைப் பயணத்தில் ஆன்மீகத் தேடலின் சாரமாகவும், மேலும் புத்தகத்தின் வாயிலாக மேற்கொண்டு அவரவர் மேலும் படித்து அறிய வேண்டிய நூல்கள் பல பற்றியதுமான ஓர் குறிப்பேடே தவிரவும் இப்புத்தகம் ஆன்மீக பயணத்தின் எல்லையான பிறப்பற்ற பேரானந்த நிலையை எய்த எல்லா ஆன்மாக்களுக்கும் ஓர் வழி-காட்டி.

சுயசார்புடையதாக முயற்சிக்கலாம் என்பதை இனம், மொழி மதம், பிறப்பு, பாலினம் போன்ற பேதமை தடைகள் தடைகளே அல்ல என்பதை பறை சாற்றுகின்ற புற வழிபாடுகளின் ஊடாக, அக வழிபாட்டின் ஆக்கங்களைப்பெறும் பொழுது நம்முடைய லட்-சியமான அமைதி என்றதின் தொடக்கம் தொட்டுவிடும் தூரத்தில் தான் என்பதை எதார்த்தமான என் அனுபவ நடையில் தங்கள் முன் சமர்ப்பிக்கிறேன்.

இப்புத்தகம் எழுத என்னை தொடர்ந்து ஊக்கப்படுத்திய என் வாழ்க்கை துணைவியார் திருமதி தி.ருக்மணி M.A., M.Ed., M.phil. மற்றும் அன்பிற்குரிய இரு பெண் மக்களுக்கும் என் உளமார்ந்த நன்றிகள்.

இப்புத்தகத்தின் கை பிரதியை நேர்த்தியாக தட்டச்சு செய்து இலக்கண இலக்கிய பிழைகளை சரி செய்து உதவிய என் இனிய நீண்டகால எழுத்தாளநண்பர் திரு. ஜவஹர் என்ற திரு அமிர்தநேயன் (ஓய்வுபெற்ற அஞ்சலக அதிகாரி) அவர்களுக்கும், என் கருத்துக்களை உள்வாங்கி இப்புத்தகத்தை பதிப்பிக்க பேருதவி புரிந்த பதிப்பாளர்களுக்கு (Notionpress.com) என் மனமார்ந்த நன்றியையும் வணக்கங்களையும் தெரிவித்துக் கொள்கிறேன் நிறைவாகவும் உறுதியாகவும் ஒன்றை சொல்ல விரும்புகிறேன், எண்ணங்கள் பிரபஞ்சவெளியில் இருந்து கிடைக்கின்றன. எனக்கு முன்னோடியாக "தாமஸ் ஆல்வா எடிசன் தன்னுடைய எண்ணங்களின் சக்தி பிரபஞ்சவெளியில் இருந்து கிடைப்பதாக நம்பினார்" அவ்வண்ணமே நானும் நிச்சயமாக ஒரு காரியத்தை செய்வதற்கு தேவையான சக்தி. அந்த காரியம் எவ்வளவு கடினமானதாக இருப்பினும், எங்கிருந்தோ அந்த காரியத்தை செய்கின்ற போது நமக்குள் கிடைக்கவே செய்கின்றது.

இதற்கான எல்லா விளக்கங்களையும் பெறுகின்ற நிலையில் நாம் இல்லை, சில பிரபஞ்ச சக்திகளுக்கு விளக்கமோ, ஆதாரமுமோ கிடைப்பது சாத்தியமில்லை என்பதாகக் கொள்வதே நன்று/ எண்ணங்களுக்கு உரியவன் நான் எனினும் எண்ணங்களை விதைப்பவன் அவனே, எனை படைத்த இறைவனே!

நன்றி

16.07.22 அன்பன்,

அருள்நிதி கல்யாண்சுந்தர் தி

M.S., M.Sc., (YHE) M.phil., (Edu.)., D.F.T.

๛

நன்றி

சிந்தித்தால் நீயும் சித்தன்,
யோசித்தால் நீயும் யோகி,
தியானித்தால் நீயும் ஞானி,
நின்னையே; நீ ஆய்ந்து; அறிந்திட்டால்!
நீயே பேராற்றல் பிரபஞ்சத்தின் "பரப்பிரம்மக் கூறு".
"மனிதா நீ மகத்தானவன்"
-நூலாசிரியர்

முகவுரை

உயிர் - உடலை விட்டு நீங்கியதால், மெய் என்று சொல்லப்படுகின்ற உடல் உடலற்றதாக ஆகி விடுகிறது என்றால் அதனுள் இருக்கும் பல கோடி செல்கள் சக்தி அற்றவையாக ஆகிவிடுகின்றன. ஆகவே இதயம் நின்று விடுகிறது. மூளை செயல் அற்று விடுகிறது. ஆகவே உயிரற்ற பிண்டமாக தாயின் கர்ப்பப்பையில் உருவான உடல் வெளி உலகிற்கு, கருப்பையை விட்டு நீங்கி தாயின் தொடர்பான தொப்புள் கொடியிலிருந்து விடுபட்டு பின்னர் தான் பிராணன் என்ற காற்றை சுவாசிக்கும் பொழுது தான், தாய் வேறு குழந்தை வேறு என்ற ஈருயிராக பரிணமிப்பது போல் ஆதியிலிருந்து துடித்துக்கொண்டிருக்-கும் தாயின் இதயம் போலவே பிறந்த குழந்தையின் இதயம் துடிக்க ஆரம்பிக்கின்றது. தாயின் கருவறையில் ஈருயிராக ஓர்உயிராக ஈரு-யிராக ஓர் உடலாக உள்ள குழந்தை தாயின் உணவையும், உணர்-வையும், உணர்ச்சிகளையுமே பெற்ற வண்ணம் பிண்டமாக வளர்கி-றது அதற்கு உயிரும் இல்லை. பிராணன் என்ற உயிர்க்காற்றுடன் ஆன்மா அந்த உடலில் புகும்போது தான் தனி - ஜீவனாக பரி-ணாமம் பெருகிறது. ஆகவே ஆன்மா என்பது பிரபஞ்சமே! அதன் ஒரு சாதாரண பிரபஞ்ச - ஆன்மா ஒன்றே; பலவாகப் பரிணமகின்-றது. ஒவ்வொரு உயிரிலும் ஊடுருவியிருக்கும் ஆன்மா பிரபஞ்சமே அதனையே தத்தவம்சி நீ அதுவாகவே இருக்கின்றாய் என்று சித்-தர்களும், ரிஷிகளும் கண்டனர்கள்.

நான் உடல் அல்ல ஆன்மா என்ற பிரபஞ்ச சக்தியின் கூறு என்றதன் பொருள் விளக்கமும் இதுவே என தான் விளங்கசொல்கி-றார். ஆன்மாவிற்கு தீ சுடாது. நீரில் கரையாதது, காற்றால் அடித்-துச் செல்லப்படாது, நிலத்திலும், ஆகாயத்திலும் பதியாது அது நித்-தியமானது நிர்மலமான பரபிரம்மத்தின் கட்டுப்பாட்டிலேயே இயங்கும். பேரியக்க பெருவெளியில் மகாசக்தி, ஆன்மா எல்லையற்றது, ஏகாந்-தமானது எங்கும் உள்ளது. நம் உடலில் உயிராக பரிணமகிக்காத வரை எந்த ஓர் உடலிருந்தோ அல்லது ஓர் அறிவு முதல் ஆறறிவு ஜீவனின் இருந்து வெளிப்படும் வரை தான் ஆன்மா கட்டுண்டு உயிராக இருக்கின்றது. அவ்வுடலை விட்டு நீங்கிய உடன் பிரா-பஞ்ச ஆன்மாவுடன் இரண்டற இணையும் போது அது அந்தமா-கிய இறைவனின் சட்டம் ஏறி ஒன்றாக ஆகிவிடுகிறது. ஆகவே

"ஆன்மாவே"-"தான்" என்ற உணர்வு நம் சித்தத்தில் பரிபூரணமாக, மீண்டும் கூறுகிறேன்; சித்தத்தில் (நமது அறிவில் அல்ல மதியிலும் அல்ல) பரிபூர்ணமாக பதியும் போது பரமனின் அபரா சக்தி நம் உடல்/ உயிர் வயப்பட்ட ஆன்மாவிற்கு கிடைத்து விடுகிறது. அப்படி கிடைக்கப்பெற்ற ஆன்மாக்களை சித்தத்துடன் ஜீவன் முக்தனாக இறைவனின் இறைத்தன்மையில் கலந்து கால காலத்திற்கும் சாலபுருவி தத்துவத்தின் அடிப்படையில் நித்திய சஞ்சாரியாக எங்கும் எதிலும் ஈரேழு பதினான்கு லோகங்களையும் ஆளும் வல்லமையுள்ள ஈசனின் ஆண்ம ஆற்றல் உடன் இணைந்து ஆன்மாக்கள் ஆகின்றனர்.

நான் ஆன்மா என்ற உணர்வு பெற முனையும் ஒவ்வொரு மனிதனும் முதலில் அறிந்திருக்க வேண்டியது மனம் மெய் மதி இவை மூன்றும் ஓர் அறையில் அமைதி என்ற சாந்தி நிலையை அடைய முயற்சிப்பது இந்த ஆழ்மன அமைதி மனதில் வந்து விட்டால் ஆழ்மனம் நமது சித்தத்துடன் சீர்பட இயங்கி இருக்கும் நிலையில் நான் உடல் அல்ல ஆன்மா என்ற புரிதல் ஏற்பட்டு விட்டால் அமைதி என்பது உடலின் புலன் இன்பங்களை கடந்த ஆனந்த நிலைக்குச் செல்லும் அதுவே உயர உயர பேரானந்தம் என்ற முக்தி நிலைக்கு உயரும் அதுவே ஜீவன் முக்தனாகி ஆன்மாவை நாம் சித்தத்தில் உணரும் பேரறிவு பெறப் பெற்றால் நாமும் பேரறிவாளனுடன் ஒன்றாவோம். உலகில் இருந்தாலும் உடலுக்கு பசி, தாகம், குளிர், வெப்பம், தூக்கம்,விழிப்பு என்ற நிலை கடந்த ஜீவன் முக்தனாகி "ஆன்மா" என்ற கோதாவில் உடலிலே உயிராவும் இருக்கும் நித்திய சஞ்சாரியாக எங்கும் பயணிக்கும் பேராற்றலையும் பெற்றுவிடும். அழிவில்லாதாகிவிடும். இதை ஆற்றலின் ஐக்கியமாகி அவனில் ஐக்கியமாகி மேலான கற்பனைக்கும் எட்டாத அற்புதம் ஆகி, புனிதத்தின் புனிதமான நித்திய பரிபூரண புனிதமான அமிர்த கலசமாகி பேராற்றல், பேரறிவு,வற்றா இருப்பு என்றாகி, காலவர்தமானங்களைக் கடந்த நிலையில் மிளிரும்.

"மனிதா நீ மகத்தானவன்"

1

அமைதி (இலட்சியம்)

புலன்களால் உடல் அனுபவிப்பது சிற்றின்பம்

மனதால் உடல் நிறைவைப் பெறுவது ஆனந்தம்.

உயிராற்றலும் — மனமும் — உடலும் இணைவது பரமானந்தம்,

அதுவே ஆண்மாவில் லயிப்பது பேரானந்தம்.

பேரறிவு, வற்றா இருப்பு, பேராற்றல், காலம். இவையே கடவுள் தன்மை — வேதாந்திரி மகரிஷி.

விண்துகளின் ஒளி+ஒலியினால் உண்டான ஒளிவெளியின் ஓர் அணுவின் கூறுதான் நம் உயிரின் கரு (அல்லது) உடலில் — உயிரின் இயக்கம்.

அதனால் தான் அண்டத்தில் உள்ளது இப்பிண்டத்திலும் உள்ளது என்றனர்.

அதுவே நம் உடலின் உயிரின் இயக்கத்தில் உள்ள கடவுள் தன்மை.

இதுவே கடவுள்/பிரம்மத்தின் ரகசியம். அறிவினால் அறிய முடியாது. உணர்-வினால் மட்டுமே உணரக்கூடியது.

கடவுள் படைப்பிலே மேலான சித்தத்தையும், சிந்தனையும், புத்தியையும் பெற்-றிருப்பது மனிதப் பிறவிக்கு மட்டுமே.

மனிதன் இப்பூவுலகில் தோன்றி 4 மில்லியன் (40 லட்சம்) வருடங்கள் என்று விஞ்ஞானிகள் கருத்து. 4 லட்சம் வருடத்தில் மனித இனம் அதாவது மனித இனம் வளர்ச்சி பெற்ற இனமாக பரிணாம வளர்ச்சி பெற்றது, என்றும் ஒரு சாரார் ஆய்ந்து கூறுகின்றனர். எவ்வாறாயினும் இவ்வுலக படைப்பு முதற்க்-கொண்டு மனித பிறப்பு, இறப்பு தொடர்ந்து நடந்து வரும். சாதாரண தொடர் நிகழ்வு என்பது உண்மை. அவ்வாறு இருக்கையில் பரிணாம வளர்ச்சி கோட்பாட்-டின்படி ஒவ்வொரு 30 வருடத்திலும் மனித மனம் அறிவு ஆற்றல், சிந்தனை திறன், பிரபஞ்ச ஞானம் என்பது பொதுவாக அவரவர் தன்மைகேற்ப முன்னேற்றம் அடைக்கிறது என்பதும் பல ஆராய்ச்சிகளின் கணிப்பாக உள்ளது.

கிருதயுகம், திரேதாயுகம், துவாபரயுகம், கலியுகம் என்ற இவ்வுலகத்தின் யுகங்-கள் தோறும் நிலவிய கோட்பாடுகள் மனித மனத்தின் உயரிய கடவுள் தன்மைக-ளில் இருந்து பேதமைப் பட்டு மனதின் தூண்டுதலால் பூர்விக கல்யாண குணங்-களில் இருந்து பிறழ்ந்து தன் சுயத்தை இழந்த ஆன்மாக்கள் பரபஞ்ச வெடிப்பின் மூலகூறுகளின்குணங்களில் பல்வாறு மாறுபட்டு இணக்கேடுகளின் அளவிற்கு ஏற்ப பற்பல பிறவி எடுத்து அவைகளின் இயற்கை விதியின் ஒழுக்கத்தால் ஆன்மாக்களுக்கு கர்மவினைகளாகி மீண்டும் மீண்டும் இவ்வுலகில் பிறப்பெடுக்க வித்தாகின்றன.

சஞ்சித கர்மா, பிரதித கர்மா, ஆகாமிய கர்மா என்ற கோட்பாட்டின் அடிப்-படையில் பிறவி ஏற்பட்டு வாழும் பொழுது தனக்கு கிடைத்த வாழ்வை மனநிறை-வுடன் வாழ்வதே வாழ்க்கை`என்பதாகி பிறப்பெடுத்து வந்த காரணத்தை உணர்த்த ஒரு சில ஞானியர், மற்றும் சித்தர்கள், வீடு பேறு என்ற உடலும், உயிரும் ஆன்-மாவில் லயித்து பேராணந்த வெள்ளத்தில் திலைத்து அதுவே அவர்களுக்கு தெய்-வீக இயல்பாகி பிறந்ததின் பயனை அடைகின்றனர். அவர்கள் தானும் நிறைவு-டன் வாழ்ந்து ஜீவன் முத்தனாகி, பிற உயிர்களிலும் இறைவனை கண்டு, காண்பது எல்லாம் இறைவனின் அம்சங்களே என்றுணர்ந்து நிறைவு பெற்று விடிவெள்ளி-யாய் பிரகாசித்து இறை சாயலாகி இறை தூதுவராகி உயிர் ஊட்டி வழிகாட்டி வாழ்வாங்கு வாழ்கின்றனர்.

இவர்களை நாம் கடவுள்கள்-தேவன், தேவதூதுவர் ஏன் சிவன், இராமன், முருகன், வினாயகர், லட்சமி, சரஸ்வதி, ஏசு, அல்லா, குருமார்கள், மகாவீரர், புத்தர், இந்து, இஸ்லாமியர், கிருஸ்துவர் என்று சமயச்சாயம் பூசி வழிபட ஆரம்-பித்தோம். ஆனால் நாம் ஒவ்வொருவரும் பேரண்ட பெருவெடிப்பில் இருந்து வெளிவந்த பேராற்றல் பெட்டகத்தின் மூலக்கூறு என்பதனையும், இறைத்தன்மை திரிந்து பிறழ்ந்து பற்பல பிறவி எடுத்து சுயத்தை நோக்கி செல்ல வேண்டும் என்ப-தனை மறந்தவர்களாவே வாழ்ந்து மறைந்து பிறப்பு இறப்பு என்ற சக்கர சுழற்சியில் சிக்குண்டுள்ளோம் என்பதனை அறிவதே முதல் படி, அமைதி என்னும் நிலையை அடையும் வழியே முழுமுதற்ப்படி.

"மனம் அது செம்மையானால் மந்திரம் தேவை இல்லை". மனித நற்குணம் என்பது கெடாது இருந்தால் வினை என்பது தொடராமல் இருக்கும்.

மனிதம் நிலைத்தால், அறவாழ்வு செழித்தால், இறை உணர்வு மிளிர்படும்.

மனிதம் மலர்ந்து கனித்தால் பிரபஞ்ச படைப்பின் சூட்சமம் புலப்படும் - மனம் ஆன்மா உயிர் வயப்பட்டு பேரானந்தம் அடைந்து பெருவெளியில் சுடர்விடும்.

பேரானந்தம் என்பது மீண்டும் பிறவாப் பேறுபெற்று ஜீவன் சிவனுடன் ஒன்-றுபடும் நித்தியமாகும். இதனை அகஸ்தியர், திருமூலர், மற்றும் பல சித்த புரு-ஷர்கள் தங்கள் குறிப்புகளில் பின்வரும் மானிட இனம் பலன்பெற சூட்சுமமாக

ஏடுகளில் பதிவிட்டு சென்றனர்.

அவர்கள் அடியொற்றி வந்த சீடர்கள் மற்றும் குருமார்கள் அவர்கள் போதனைகளை சுய லாப நோக்கத்தில சந்தைப்படுத்தி அதன் வீரியத்தையும் உண்மைத் தன்மையையும் தங்களுக்கே ஏற்ற வகையில் திரிந்து மக்களிடம் பரப்பி வாழ்ந்து மறைந்தனர்.

இதன் காரணமாக பல உண்மையான பிரபஞ்ச ரகசியங்கள் அதன் சாரம் இழந்து கற்பனை கதைகள், சம்பிரதாயங்கள் என்ற அடிப்படையில் மக்களிடையே பரவியதால் உயர்ந்தோர், தாழ்ந்தோர் என்ற ஏற்றத் தாழ்வுகளும், வர்ணாசிரம வகுப்பு, ஜாதி, மத நம்பிக்கைக் கோட்பாடுகளினால் சுயமரியாதைப் பாதிப்பால் கடவுள் மறுப்பு கொள்கைகளின் சித்தாந்தங்கள் உருவாக வழிவகுத்தன.

பௌத்தம், சமணம், சாக்கியம், ஆசிவகம், காணாமிதியம், போன்ற மாறுபட்ட சித்தாந்த கோட்பாடுகள் வளர ஆரம்பித்தன. பின்னர் "மனிதம்" என்பது புரை- யோடி மனிதனின் சினம், கருபற்று, பேராசை, பொறாமை, வஞ்சம், வெறுப்பு- ணர்ச்சி, ஒழுக்கம் அற்ற சமநோக்கு, தற்பெருமை, பயம், அகங்காரம், இதுபோன்ற இன்றும் பல கீழ் குணங்களுக்குள் மிக அதிகமாக வளர்ந்து வருகின்றது.

இப்படி மாறி வரும் உலக மக்களின் எண்ணிக்கைச் சதவிகிதம் கூடி வருகிறது. இதனால் நாம் வாழும் உலகில் மனித சமுதாயத்தில் மனிதம் மறக்கடிக்கப்பட்டு மாறாக போலியான சுயநல வேடதாரியாக பல மனிதர் உலா வரக்காண்கின்றோம்.

இப்படி இருக்கும் இச்சூழலில் நற்குணம் கொண்ட மனிதர்கள் உள்ள வெகு சிலரே நம் ஒவ்வொருவர் வாழ்விலும் தொடர்பில் வருகின்றனர். ஆகவே இந்த சதவிகிதம் கூடும் போது நாம் எதார்த்தமான வாழ்வை அனுபவிக்கும் போதுதான் நாம் வாழும் இவ்வுலகு சுகமான ஓர் உலகாக இருக்கும். அப்படி சிறுகச்சிறுக மனிதத்தை மீட்டெடுத்து இதனை வளர்த்தெடுக்க வேண்டிய கட்டாயத்தில் நாம் அனைவருமே உள்ளோம்.

ஆனால் நம்மைப் படைத்தவன் நாம் பிறக்கும் போதே நம் ஒவ்வொருவர் உடலிலும்/உயிரிலும், ஆழ்மனம் என்ற ஒன்றை வைத்தே படைத்துள்ளான், ஆனால் அந்த ஆழ்மனம் பெரும்பாலான மனிதர்களிடம் மாசுபடிந்து காண்பதி- னால் மனிதம் என்பது அரிதிலும் அரிதாகிவிடுகின்றது, அல்லது சுயநலம் என்ற பெரும் திரையால் மூடப்பட்டிருக்கிறது. தான், தனது, தனது குடும்பம், தனது மக்- கள், தனது இனம், தனது ஜாதி என்ற சுயநலம் மிகுந்த மாசு அந்த ஆழ்மனதை மனிதம் என்ற தூய்மையான தெய்வீகத் தன்மை ஒத்த படைத்தவனின் அனைத்து கல்யாண குணங்களை வெளிப்படுத்தும் தன்மை உடைய மனிதனும் தெய்வமாக- லாம் என்ற உண்மையை எய்த வொன்னாது முற்படுகிறது. இது முற்றிலும் சிதல- மடைந்து காண்ப்படுகிறது சிலரிடம்.

இதனை மீட்பது என்பது அவ்வளவு சுலபம் அல்ல. ஏனெனில் நாம் இது போல் மனிதம் பிழர்ந்து, பிழர்ந்து பல பிறவிகள் எடுத்தின் பலனால் பிறப்பெடுத்த மூலத்திலிருந்து வெகு தொலைவுக்கே வந்துவிட்டோம். ஆனால் அப்படியிருந்தும் கருணைக் கடலான நம்மை படைத்து ஆட்டுவிக்கும் பேரறிவாளன் இந்த ஆழ் மனதை கொடுத்துத்தான் படைத்துக் கொண்டிருக்கின்றான்.

குழந்தை பிறக்கும் போது உள்ள நிலையில் இந்த ஆழ்மனம் மிகவும் தூய்-மையானதாகத் தான் உள்ளது. வயது ஆக ஆக அதன் புனிதம் மறைய மறைய மனிதமும் மறுக்கப்பட்டு வாழ்வில் சூழ்நிலைக் கைதியாகி வாழத் தலைப்பட்டு நமது ஆழ்மன அமைதியை இழந்து. அமைதி வேண்டி வெளிஉலகில் தேடி அலைகிறோம்.

"அமைதி" என்றால் எது அமைதி

உடல் மனம் இவை இரண்டுமான இணைவுடன் நாம் செய்யும் சிந்தனை, செயல், எண்ணம், குறிக்கோள் அனைத்தும் ஒரே பாதையில் பயனித்து, நமக்கும் நாம் சார்ந்த சமூகத்திற்கும் நன்மை பயப்பதன் வினைகளைச் செய்து ஆழ்மனப்பி-ரளுதல் இல்லாமல் வாழும் வாழ்கையில் ஏற்படும் ஆழ்மன மன திருப்தி அதனால் ஏற்படும் நிறைவே அமைதி.

இத்தக வினைகளினால் சில சமயங்களில் ஒரு சிறு அவப்பெயர், ஒரு சிலரின் அதிர்ப்திக்கு நாம் ஆட்படுதல் நேறுமேயானால் இதன் அளவு மிகவும் சொர்பமா-னதாக இருக்கம் பட்சத்தில் நாம் சற்று அமைதி குறைவுடன் காணப்படுவோம்.

அப்படிப்பட்டத் தருனங்களில் அதனையும் சாந்தமாக ஏற்கும் மனப்பக்குவம் எய்து விடுவோமேயானால் நாம் முழு அமைதி அடைந்தவன் ஆவோம். "தன்ன-டக்கத்தின் பிரதி பலன் அமைதி".

அத்தகு தருனங்களில் பயனிப்பது, அவர்தம் வாழ்வில் தேடுதலாக இருக்கும் ஒருவருக்கு தெய்வமே குருவாக அவர்தம் ஆழ்மனம் மூலமாக வழிகாட்டும். இதனை அவரவர் வாழ்வியல் வாழ்க்கை முறையில்தான் முடியும் என்பது தான் உண்மை. நான் மானசீகமாக உணர்ந்த்தும் அதுவே.

'மனிதா நீ மகத்தானவன்'

2

உடல்(தெய்வீகம்)

இயற்கை ஓர் அற்புதமான, அபரிமிதமான, அன்புமயமான ஆற்றல் உள்ள தெய்-வீக இயக்கத்தின் ஆதாரமாக சாட்சியாக தாயின் கருப்பையில் தந்தை இட்ட விந்தனுவானது ஜிவ அணுவாகி, இரண்டாம் மாதம் கருப்பையில் நிலைப்படுவ-தில் உறுதியாகி, மூன்றாம் மாதத்தில் தாயின் சுரோணித இடையுறுத்தலிருந்துத் தன்னை காப்பாற்றிக்கொண்டு, நான்காம் மாதம் கருப்பை சுருங்குவதினால் உண்-டாகும் இருளை ஜீரணித்து, ஐந்தாம் மாதம் கருவை நித்தியமாக்கி சிதையாமல், ஆறாம் மாதம் கருப்பை விரிவதினால் உண்டாகும் ஸ்பரிச உணர்வு நெருக்கத்-திற்கு தன்னை உட்படுத்தி, ஏழாம் மாதம் மனிதனின் அனைத்து அவயங்களுடன் உயிர்ப்புள்ள பிண்டமாகி தலை கீழ் நோக்குதலால் வழுவாது, ஒன்பதாம் மாதம் ஏற்படும் பருமண் இட துன்பங்களிலிருந்துப் போராடி, பத்தாம் மாதம் தாயுடன் தானும் சேர்ந்து உணரும் துன்பம் மற்றும் தாயின் மன உணர்வுகளையும் எண்ண அலைகளையும் வெளிஉலக ஒலி அதிர்வுகளையும் பூகித்து உணர்ந்து பிறப்பெ-டுத்து ஜனித்தது தான் நம் உடல்.

முப்பத்தி முக்கோடி செல்களினால் உருப்பெரும் மனிதனின் உயரிய ஆற்றல் உள்ள மூளை இவ்வுடலை இயக்கும் ஓர் தானியங்கி எந்திரமாக உதாரணமாக: இக்காலத்தின் சக்தி வாய்ந்த பேராற்றல் கொண்ட கணினிகளின் ஒப்புமை கொண்ட 3,350 கிராம் எடை கொண்ட் ஓர் உறுப்பு மனித மூளை..

மனிதனின் மூளைதான் பிரதானமான உடல் உறுப்பு தலையாய உறுப்பு இதனை இன்றளவும் விஞ்ஞானிகளும் ஆய்வியலாளர்களும் 10 சதவீத்த்திற்கும் குறைவாகவே இதன் செயல்பாட்டின் ரகசியங்களைக் கண்டுணர்ந்துள்ளார்கள் என்பதிலிருந்தே இதன் அளப்பரிய ஆற்றல் நமக்கு புலப்படும்,

அப்படிப்பட்ட அமைப்புடன் 70,000 நாடி நரம்பு மண்டலங்கள் நூற்றுக்கும் மேற்ப்பட்ட நாளமில்லா சரப்பிகள், 120க்கம் மேற்ப்பட்ட ரசாயின உப்பு மண்டலங்-

கள் பல மைல் அளவுள்ள ரத்த நாளங்கள் பல billion துவாரங்கள் அமைந்-
துள்ள நமது உடல் மேல் உள்ள தோல் அமைப்பு, யாவற்றிற்கும் மேலாகத் தாயின்
கருப்பையை விட்டு வெளிவந்த குழந்தை தொப்புள் கொடியை தாயிடமிருந்து
பிரித்த நொடி முதல் காற்றை சுவாசித்தது முதல் இயக்கத் தொடங்கும் இதயம்
என்ற ஓர் அற்புத உறுப்பு கொண்ட அதிசய உடலமைப்பு தான் நம் உடல்.

இத்துடன் நமக்கு ஏற்படும் இயற்கை சீதோஷ்ன நி8லை மாற்றங்கள் மற்றும்
வெளி உலக செயற்கை பாதிப்பினால் ஏற்படும் உபாதைகளினால் உடலின்
அவயவங்களில் ஏற்படும் வாதம், பித்தம் கபம், என்ற மூன்ற அளவுகளின் மாறு-
பாட்டில் ஒவ்வொரு தனிமனித உடலின் தனித்துவத்தால் ஏற்படும் சிறு சிறு
பாதிப்புகளை செவ்வனே சீர் செய்து கொண்டு ஆரோக்கியத்தை தனதாக்கிக்
கொண்டு செயல்படும் ஓர் அற்புத ஆற்றல் கொண்ட உன்னத படைப்புதான்
இவ்வுடல்.

இப்படிப்பட்ட உடல் ஒன்பது துவாரங்களின் வழியாக நம் உடலின் இயக்கம்,
பிரபஞ்சத்திலிருந்து பல கோடி நுண் ஆற்றல்களை கிரகித்து உயிர் என்றும்
கடவுள் துகள் என்றும் கூறப்படும் மிக மிக நுண்ணிய ஆனால் பேராற்றல்
கொண்ட ஒன்றால் நம்மை இயக்கி கொண்டு ஆழ்மனம், சிந்தனை, கற்பனை
சக்தி போன்ற அமானுஷ்ய சக்திகளில் தொகுப்பாக உருப்பெற்று இயங்கிக்
கொண்டு உள்ளது.

உடலின் பௌதிக அமைப்பையும், விஞ்ஞான முறையில் இதன் செயல்களை-
யும் நம்மால் விவரிக்க முடிந்தாலும் இதன் தெய்வீக ஆற்றலை நம்மால் முழுவ-
துமாக விவரித்து விட முடியாது.

நுண் உடல், காந்த உடல் மற்றும் ஸ்தூய உடல் என்று வேதாத்திரி மகரிஷி
பகுத்துக் கூறியது மேலும் உடல் என்பது ஒன்று மட்டும அல்ல என்பது தெரிகிறது.

இப்படிப்பட்ட உடலை நாம் எவ்வாறு அமைதி, பேரானந்தம் என்ற நிலைக்கு
பாதுகாத்து வைப்பது என்பதில்தான் நாம் வாழும் வாழ்க்கை நடைமுறை முடிவு
செய்கிறது..

உலகில் உள்ள 800 கோடி மக்கள் ஒவ்வொரு நாட்டிலும் உள்ள சீதோஷ்ன
நிலை, உணவுமுறை மற்றும் நம்பிக்கை, பழக்க வழக்கம் மற்றும் கலாச்சார மதக்-
கோட்பாட்டின் வேறு பாடுகளுக்கு ஏற்ப உடல் தன்னை ஈடுசெய்து கொண்டு
இயக்கிக்கொண்டு உள்ளது என்பதுதான் வியத்தகு படைப்பின் ரகசியம்.

சித்தர்கள் மனித மூளையை ஐந்து பிரிவாகப் பிரித்தனர். மனிதனின் பின்புறம்
பின்மூளை சத்தியோசாதம். இடப்புறம் உள்ள மூளை 'வாமதேவம்' முன் பகுதி
"தத்புருடம்" வலது பக்கம் உள்ள மூளை 'அகோரம்' இந்த நான்கையும் கட்டுப்-
படுத்தும் மேல் மூளையை சதாசிவம் என்றனர்.

தத்புருடம் எனும் பிட்யூட்டரி சுரப்பி ஞான உலகின் செயல்பாடாகவும் சத்-யோஜாதமான பீனியல் சுரப்பியின் பேரறிவும், திருவருளும் இணைந்த ஞான உயி-ரோட்டமாக அமைந்துள்ளது.

முகுளத்தின் கீழே உள்ளது 'அதோமுகம்' என்பர் ஆகாய பாகமான (மூளையை) சதாசிவத்தில் கவிழ்த்து இருக்கும் ஆயிரத்தெட்டு இதழ்களைக் கொண்டு நாடி நரம்புகளை நிமிரச் செய்யும் போது குண்டலினி ஆற்றலான சகஸ்-ரதளத்தில் தாமரை மலரென (நாடி நரம்புகள்) மலர்கின்றன இதனை சித்தர்கள் யோகிகளும் 'அமூர்த்தி சதாக்கியம்' என்றனர்.

அண்டத்தில் உள்ள அனைத்தின் செயல் வினைகளுக்கும் அணுக்களே கார-ணமாகின்றன. பிண்டமான மனித உடலுக்கும் செல்களே நுண்ணுணர்வுகளாக பயன்படுகின்றன.

உயிரணுக்களின் சுருக்கம், கூட்டு, இடமாற்ற அணுச்சேர்க்கை மாற்றங்களால் மனிதன் விலங்கினைப் போலவோ அறிவியல் பொக்கிஷமாகவோ பேரறிவின் சுரங்கமாகவோ வாழ்கின்றான்.

நினைத்ததை முடிக்கும் வல்லமை பெற்ற மனிதனின் எண்ணம், சக்தி வாய்ந்த ஏவுகணையானால் இலக்கைத் தாக்கி தன் வயப்படுத்த முடியும் என்பதே உண்-மையிலும் உண்மையாகும்.

உடலில் - வெளி - உள் தொழில் முறைகளை வைத்து 5 பிரிவுகளாக வகுத்-தனர் சித்தர்கள்.

1. இருள் தேகம் - அறியாமை என்றும்

2, மருள்தேகம் - மாயை, மாயவலையில் சிக்கித் தவிக்கும் நிலை.

3, சுத்ததேகம் - மாயை நீங்கி (பொய்யானதை உண்மை என்று உணர்தல்) அனைத்தும் அருளாய் நிற்கும் நிலை.

4, பிரணவ தேகம் — பார்வைக்கும் , கைக்கும் பிடிபடாத நிலை.

5, ஞான தேகம் — அகப்பார்வையில் தோன்றும் நிலை

என ஐந்தாகப் பிரித்து, வசப்படுத்தி மேன்மை பெற்றவர்கள் சித்தர்கள், மகா ரிஷிகள்.

சித்துக்கள் என்பது ஆருடம், அறிவு, ஆன்மா, யோகம், ஞானம் என்பதில் இயற்கையைக்கடந்த செயலாகும்.

"உடலுக்குத் தரும் உண்டி உள்ளத்தையும் பேண வல்லது. உள்ளத்தில் அமை-தியை உண்டு பண்ணுகின்ற நல்லுணர்வையே அருந்துதல் வேண்டும் மிகைப்-படவோ, குறைபடவோ உண்டியை ஏற்பது பொருந்தாது. அளவு பட உண்பது யோகியர் செயல் அவரவர்க்குப் பொருந்துகின்ற உணவை அவரவரே கண்டு கொள்ளவேண்டும். -

- சுவாமி சித்பவானந்தர்

அழியும் பாங்குடையது உனது உடல் ஆனால் அதனுள் எவ்வளவு சக்தி, எத்-தனை வித வல்லமைகள், எத்தகைய விசைகள் மறைந்து இருக்கின்றன என்று உனக்கு தெரியுமா? மனிதன் மண்ணுலகினுள் வந்து யுகங்கள் பல கடந்து போய்-விட்டன. ஆனால் அவனுக்குரிய வல்லமைகளில் அணுவளவுக்கு மேல் இன்னும் வெளியாகவில்லை. ஆகையால் மனிதன் ஒன்றுக்கும் உதவாதவன் என்று சொல்-லிவிடலாகாது. உள்ளே புதைந்திருக்கும் சக்தி அளப்பரியது, எவ்வளவு புலப்படுத்-தினாலும் அது முடிவில்லாதது. "மனிதா நீ மகத்தானவன்"

— சுவாமி சித்பவானந்தர்

இவ்வுலகில் மனிதனுக்கு அருளியலும், பொருளியலும் அவசியமாகின்றது. பொருள் மட்டும் இருந்தால் அவன் தனது உயிருக்காகவும், வசதிக்காகவும் மட்-டுமே வாழ்க்கை நடத்துவான். அது ஓர் விலங்கு வாழ்விற்கு ஒப்பானது. அமைதி-யற்ற வாழ்வாகவே அது அமைந்துவிடும் அறிவு மட்டுமே அவனை ஆட்டிவைக்-கும். மாறாக அருள் மட்டும் இருந்தால் அவன் உலகலவில் அன்றாட வாழ்க்கை முறைகளில் சம்சார சாகரத்தில் தோற்றுவிடுவான். அப்பொழுதும் அமைதி என்பது கிடைக்காது.

பொருளற்ற வாழ்வு பொருளற்ற வாழ்வேயாகிவிடும், அங்கேயும் அமைதியிழப்பு வந்த வண்ணமே இருக்கும்.

"இருவேறு உலகத்து இயற்கை திருவேறு
தெள்ளிய ராதலும் வேறு" (திருக்குறள்:374)

பொருளுடையராதல், அருளுடையராதல் என வாழ்வு இருவகை என்கிறார்.

திருவள்ளுவர்

'மனிதா நீ மகத்தானவன்'

3

உயிர் (பிரபஞ்சம்)

உயிர் என்றால் என்ன?

இதற்கு விடை இதுவரை யாரும் அறிதியிட்டுக் கூறவில்லை என்பது தான் உண்மை அனுமானத்தின் அடிப்படையில் ரிஷிகள், முனிவர்கள், சித்தர்கள், விஞ்ஞானிகள், ஆராய்ச்சியாளர்கள் என்ற அடிப்படையில் சோதித்த அத்தனை மனிதர்களும் இதுவரை இதனை தெளிவாகக் கூற முடியவில்லை. ஆனால் ஒவ்வொரு மனிதனும் இதனை உணர்கிறான் என்பதும் உலகில் பிறந்த ஒவ்வொரு ஜீவராசியும் உணர்கிறது என்பதும் உண்மை. ஆகவே உயிர் என்பதனை உணரத்தான் முடியுமே தவிர அது என்ன ஒரு ஜடப்பொருளா? பகுபொருளா? அல்ல? ஒரு நுண்ணிய துகளா? அல்லது நுண்சார்ந்த ஆற்றலா? பேரண்டத்தின் பால்வெளியிலிருந்து பிரிந்து வந்த ஓர் சிறு துகள் பிண்டங்களா? யாம் அறியோம் பராபரமே என்பதுதான் பதிவாக உள்ளது.

அப்படி இருப்பின் இதனை ஏன் இங்கு ஓர் தலைப்பாகக் கொண்டு வந்தேன் என்பதற்கு விடை தொடர்ந்து வரும் ஓர் சொல் "மனம்".

உயிர் - மனம் தொடர்பு என்பது உயிரின் படர்க்கை நிலையில் இயங்கும் ஓர் அதி அற்புத சக்தி தான் 'மனம்'. கலம், கனல் வாயுவின் கூட்டுச் சேர்க்கையே மனம். உயிர் என்பதனை துகள்கள் அல்லது சீவ காந்த ஆற்றல் அல்லது அழுத்தம் என்று எடுத்துக் கொண்டால் அதனால் உருவாக்கப்படும் பேரியக்க சக்தி அலை உயிர் ஆற்றலாகி அந்த அலை - அழுத்தம் ஓர் சக்தியாக உயிர்சக்தியாக இயங்கிக் கொண்டே இருக்கின்றது என்பது புரிகிறது.

இந்தகைய அலை எப்போதும் நம் உடலில் வெப்பத்தையும், இரத்த ஓட்டத்தையும். சுவாசத்தையும் சீர்படுத்தி உடலை சமச்சீராக்கி வைத்த பின்னர் அதன் அடுத்த நிலையை அடைகிறது.

அதுவே மனம் என்ற ஒற்றை சூட்சுமத்தில் உருவாக்கி சிந்தனை, எண்ணம், கற்பனை, அமானுஷ்ய, ஆற்றல் என்ற அடிப்படையில் செயலாகி உடலின் ஒரு தலையாய உறுப்பான மூளையின் நினைவாற்றல், அறிவாற்றல், திறனாற்றல் போன்ற பல எண்ணிலடங்கா ஆற்றல்கள் ஊக்குவிக்கும் சக்தியாக இந்த உயிர் பிரணமிக்கின்றது என்று மட்டும் உணர்ந்து ஊகிக்கலாம்.

ஆகவே இந்த உயிர் பிரபஞ்சத்தின் ஓர் அங்கமாகத்தான் நமது உடலில் வயப்பட்டு இயங்கிக் கொண்டும் உடலை இயக்கிக் கொண்டும் மனதையும் இயக்-கிக் கொண்டுள்ளது என்று ஓர் சிந்தனைக்கு வரமுடியும்

மனதில் எழும் எண்ணம் மான்புள்ளதாக இருக்கும் பட்சத்தில் அதுவே நமது செயலின் அடித்தளமாக அமைந்து அதுவே மனிதனின் மாண்பு என்றாகிறது.

நமது உயிரானது இப்பிரபஞ்சத்தின் ஓர் கூறாக நமது உடலில் லயப்பட்டு இயங்கக் காரணம் என்ன என்று சிந்தித்தால் நாம் சுவாசிக்கும் பிராணவாயு ஆக்-சிஜன், நாம் சுவாசிக்கும் காற்றிலிருந்து 20 சதவீதத்திற்கும் சற்று கூடுதலாக நமது மூளை அதன் பணி செய்ய எடுத்துக்கொள்கிறது.

இவ்வாறு இயங்கும் உயிர் உடலில் எங்கு உள்ளது என்று யோசிக்க வேண்டி உள்ளது. அவ்வாறு சிந்திக்கும் பொழுது உயிர் எங்கு உள்ளது கண்களிலா? என்-றால் இல்லை. மூளையில் உள்ளதா என்றால் இல்லை மூளைச்சாவு ஏற்பட்ட பின்னரும் உயிர் இருப்பது தற்பொழுது மருத்துவ ஆராய்ச்சியில் நிறுபணம் ஆகி உள்ளது.

அப்படி என்றால் உயிர் இதயத்தில் இருக்கிறது என்றால் இல்லை என்பதுதான் பதில் காரணம். இதயத்தை உடலிலிருந்து தனியாக பிரித்தெடுத்து செயற்க்கை இதயம் அல்லது தற்ப்பொழுது பன்றிஇதயம் பொருத்தி மருத்துவ உலகம் ஓர் மனி-தனை உயிருடன் பிழைக்க வைத்துள்ளது.

அப்படி என்றால் நுரையீரல், கல்லீரல், கணையம், என்ற மற்ற உறுப்புக்கள் எதனிலும் உயிர் உறையவியல்லை. இதயத்திலும் இல்லை நரம்பு மண்டலத்திலும் இல்லை, எலும்பு மஞ்சையிலும் இல்லை அப்படி என்றால் உயிர் எங்குதான் உடலில் குடிகொண்டுள்ளது என்று பல சித்தர்கள் சிந்தித்து முடிவான முடிவாக கூறியது இதனை அவர்கள் தவத்தினாலேயே அனுபூதியாக பெற்றனர் இதனை மூலாதாரம்'' என்னும் முடிவுக்கு வந்தார்,

வெளி உலக மன ஓட்டத்தை அகமுகமாக (உள்முகமாக) திருப்பி ஐம்புலன்-களின் நாட்டம் அடங்கி அதாவது மெய், வாய், கண், மூக்கு, செவி என்ற ஐம் புலன்களின் வழி செல்லாமல் அடங்கி, உடம்பிலுள்ள கண்கள் 2, காதுகள் 2, வாய் 1, நாசி துவாரங்கள் 2, மூத்திரக்குறி 1, மலவாய் 1, எனும் ஒன்பது ஓட்-டைகளையும் மூடப்பட்டால் அகமுக ஞான வாயிற்கதவு திறக்கப்படும் பொழுது மூளையின் பின்புறமுள்ள சத்தியோ சாகதத்தில் பீனயல் சரப்பியும், முன்புறத்தில்

உள்ள தத்புருடத்தில் உள்ள பிட்யூட்டரி சுரப்பியும் இணைக்கும் போது; அவ்வை சித்தர் கூற்றுப்படி நெஞ்சில் குடி கொண்ட நீலமேனி தோன்றி ஞானதேகமாகிறது,

நாம் உண்ணும் உணவினால் பெறப்படும் ஏழு தாதுக்களின் ஒன்றான சுக்கிலத்தை உருக்கி, குண்டலிணி ஆற்றல் பிட்யூட்டரியில் இணையும் இணைப்பில் பீனியல் ஆற்றலும் இணைவதால் ஞானமின்னாற்றலால் நுண்ணுடல் நீல நிறத்தைப் பெற்று, பரு உடல் ஞான தேகமாகிறது.

உடலையும், மனதையும் சுறுசுறுப்பாக வைத்துக்கொண்டால் மூளையில் ஏற்படும் சக்தி விரையம் குறைகிறது. எண்ணமற்ற அரிதுயில் (தியானம், தவம், யோகம்) பிரபஞ்ச ஆற்றலின் தங்கச் சுரங்கமாக நமது மூளை செயலாற்றுகிறது என்று கூறினால் மிகையாகாது.

புலன்களின் மயக்கத்திலிருந்து விடுபடும் உயிர், ஆன்மாவாக ஒளிர்கிறது. புலன்களின் வசம் இருக்கும் வரை உயிரானது 'நான்' எனும் இருப்பில் வினைகளின் சுமைதாங்கியாகவும், நான் எனும் அகங்காரத்தை மடைமாற்றம் அல்லது சீர் செய்வதால் உணர்வதேயாகும் உயிரே உயர்வைத்தரும் ஆன்மா. என்ற உண்மை புரியும்.

மனம் - மெய் - மதி இவை மூன்றும் (உடல்)

ஒன்றை ஒன்று சார்ந்தே இயங்க வல்லவை. மெய் (உடல்) இயங்க வேண்டுமென்றால் உயிர் வேண்டும் உயிர் பிரிந்தால் மெய் - மனம் - மதி மூன்றும் அழியும் தலைமை எய்தும்.

மனம், மெய்யுடன் - மயங்கி நின்றால் சித்தம் கலங்கும். மனமும். மெய்யும் மதியும் ஓர் அலையில் இசைந்து நின்றால் அமைதி என்னும் அலை அதாவது அல்ஃபா அலை என்று சொல்லும் அமைதி அலையில் சித்தம் சஞ்சரிக்கும் போது அமைதியும் அதையும் கடந்த ஆனந்தம் நிலையைப் பெற்றுவிட மனம் வயப்படுகின்றது.

உயிர் என்ற இயக்க சக்தி மெய்யினுள் உரைந்து மனம் - மதி இரண்டிலும் கலந்து சித்தத்தில் சீராக இருக்கும் கனவெல்லாம் ஆன்மா தன் வயப்பட்ட உடலில் ஓர் சாட்சியாக ஆழ் மன் என்னும் தேடுதலில் செயல்பட்டு பிரபஞ்ச சக்தியின் தன் கூறுபாட்டை நம் மனதிலும் அறிவிலும் தெளிந்த வண்ணம் உலவுகிறது.

இப்பொழுது "உயிர்" என்ற ஒன்று உள்ளது அல்லவா அது உடலை (மெய்யை) இயக்கும் சக்தி, உயிர் சக்தி. உயிர் சக்தி உடலில் இயங்கும் வரை மதியும், மனமும் இயங்கும் உடல் இயங்க வில்லை என்றாலும் உயிர் இயங்கிக் கொண்டு இருக்கும். "கோமா" என்ற நிலையிலும் மதியும் இயங்காது, மனமும் இயங்காது சித்தம் என்ற ஒன்று மட்டும் உடலில் இயங்கும் சித்தமும் அடங்கினால் உயிர் - அழியும் உயிரிலிருந்து பிரியும் ஜீவன் ஜீவாத்மாவாக உருப்பெற்று

அது என்றும் அழியாத பரமாத்மாவான பிரபஞ்சத்துடன் அந்த அழியாத ஆத்மா எங்கிருந்து வந்ததோ அங்கே செல்லும். அழியாதது, அதன் ஆற்றல் அளவிட முடியாதது. ஓர் உடல் எடுத்த உடலில் உயிராக பரிணமித்து அதன் காலம் பூமி யில் முடியும் வரை அது கட்டுண்டு ஓர் அறிவு முதல் ஆறறிவு உள்ள எவ்வுட லிலேனும் அல்லது நுண்ணுயிரிகளிலேனும் கட்டுண்டு இருக்கும் வர்தமானங்களை கட்டுக்குள் வைக்கும் பிரம்மம் சொரூபன் ஆணைப்படியே ஒவ்வொரு ஆத்மாவும் தன்னை வந்து சேரும் பாக்கியத்தை அளிப்பவன் அந்த அழிவில்லாத பேரானந்த பேரண்ட பரம்பொருளே.

அதனால்தான் உயிர் உடலிலிருந்து பிரிந்தபின் சித்தம் அழியும் உடலும் அழி யும் ஆனால் உயிர் வயப்பட்ட ஆன்மா அழிவில்லாத தன்மையது ஆகையால் அது அப்பிரம்மா ஆணைப்படி எங்கு செல்ல வேண்டுமோ அங்கு செல்லும் அல் லது அந்த நித்திய ஆத்மனுடன் இரண்டர கலந்து நித்திய சொரூபம் எடுத்து நித்தியமான பேரானந்த பெருவெளியில் லயிக்கும் அல்லது அவன் ஆணைப்- படி கோடான கோடி அண்டத்தின் ஆத்மாவான உடல் எடுத்தோ அல்லது உடல் இன்றி சுற்றி நித்திய பரபிரம்ம விஸ்வரூப பரஞ்சோதியில் லயித்து இருக்குமோ என்பது யாரும் கண்டும் இலர் கேட்டும் இலர் ஆனால் என் 60 வருட ஆன்மீக தேடலில் என் ஆழ்மனதில் தோன்றிய இந்த எண்ணத்தினை ஓர் அனுமானமா- கவே குறிப்பிடுகிறேன்.

உயிர் என்பதும் ஆன்மா என்பது என்ன? ஓர் உதாரணம் மூலம் விளக்க வினவினேன் பூமியே ஓர் தாவிர விதையை எடுத்துக்கொண்டாலும் விதை என்ற அளவில் இருக்கும் வரை அதனுள் இருக்கும் உயிர்ப்பு சக்தி வெளித் தெரிவ- தில்லை அந்த விதையே அதற்கு சாதகமான ஓர் இடத்தில் விழுந்து பஞ்ச பூத ஆற்றலின் விளைவால் அந்த விதையின் உள்ளே நடைபெறும் தன் மாற்றத்தின் காரணமாக ஓர் உயிர் பெற்று முளைத்தெழுகிறது. இப்போது ஒரு கேள்வி எழும். அதற்கு உயிர் கொடுத்தது நீரா? நிலமா? காற்றா? சூரிய ஒளியா? அல்லது பிர- பஞ்ச ஆகாயமா? ஏதேனும் ஒன்று அல்லது அனைத்துமா என்றால் அனைத்- தின் தாக்கத்தால் விதையாக இருந்த ஆன்மா உயிர் ஆற்றலை பெற்று ஓர் சிறு விதையினுள் இருந்த ஆற்றல் ஓர் ஆலவிருட்சமாக வளர துவங்கியுள்ளது என்று அறிய முடிகிறது. இது பூமியில் உள்ள நிலை அதாவது ஓர் விதை என்ற ஆன்மா பஞ்சபூத ஆற்றலின் ஈர்ப்பால் தன்மயமான ஆற்றல் உண்டாகி உயிர் பெற்று ஓர் விருச்சமாகிறது.

இதே அழிவில்லாத "ஆன்மா" என்ற பிரபஞ்ச ஆன்மா பரபிரமத்திலிருந்த "பரபிரம்ப கூறாக வந்த ஆன்மா" ஓர் ஆணும் பெண்ணும் இணையும் போது தன்மயமாதலின் தன்மையால் உயிர்ப்பு பெற்று (விந்தும் + நாதமும்) அதற்கு ஏற்ற சூழலில் தன் மாற்றம் பெற்று ஒரு உயிர் பிண்டமாக கருப்பையில் வளர்கி-

றது.. ஆனால் அது தனி உயிர் அற்ற உள்ள ஓர் பிண்டமாகத்தான் வளர்கிறது, வளர்ந்து அது பஞ்சபூதத்தின் ஆட்சிக்கு நேரடியாக பிறப்பு எடுத்து தாயின் வயிற்றில் இருந்து வெளிவந்து பிண்டம் உயிர்வாழ மூல ஸ்வரூபம் ஸ்வரூபம் பிராண காற்றை சுவாசிக்கும் போதுதான் தன்மயமாதல் நின்று இறைவனின் ஆத்ம ஸ்வரூபமாக ஆன்ம போகமாக மாறுகிறது. ஆனால் இந்த ஆத்ம ஸ்வரூபம் அந்த உடலில் உயிராக கலந்த ஆன்மாவாக பரிணமித்து ஒரறிவு முதல் ஆறறிவு ஜீவன்களாக வாழத் தலைப்படுகிறது.

இங்கே நாம் கவனிக்க வேண்டிய வேற்றுமை. பூமியில் உண்டான விதை பஞ்ச பூத ஆற்றலினால் தன்மாற்றம் பெற்று உயிர்பித்து ஆன்மா என்ற அற்புத விதை வளர்கிறது. ஆனால் பிரபஞ்சத்திலிருந்து (விந்து + நாத) கலப்பில் உண்டாகும் ஓர் ஜீவனின் விதை அழியாத ஆற்றலின் காரணமாக உயிர்பித்து வளர்ந்தாலும் கால வர்தமான அடிப்படையில் காலனின் கணக்குப்படி காலன் வந்து கவரும் வரை இப்பூமியில் வாழ்ந்து எங்கிருந்து ஏவப்பட்டதோ அங்கேயே உயிர் என்ற ஆற்றல் முடிந்ததும் ஆன்மா என்ற அழிவில்லாத அணுவிலும் அணுவாய் ஆலாபித்து அப்பரப்பிரம்மனை அடைந்து அடுத்த கட்டத்துக்கு காத்திருந்து பிரம்மத்துடன் ஐக்கியமா! அல்லது அடுத்த பிறப்பா என்பதில் முடிகிறது. இந்த பரபிரம்ம விதை என்ற ஆன்மா அழிவில்லாதது, நித்தியமானது எனபது மட்டும் என் சிந்தனையில் மிளிர்கிறது.

'மனிதா நீ மகத்தானவன்'

4

ஆன்மா (இயற்கை)

மனித உடல் பல்லாயிரகணக்கான ஆண்டுகளில் பரிணாமத்தின் விளைவாக பல உடல் மாற்றங்களுக்கும் பின், பெறப்பட்டுள்ளதை பலவித அறிவு படைத்த மக்கள் எப்பொழுதும் நினைவிற்கொள்ள வேண்டும்,

பௌதீகம் பிரபஞ்சத்தை மாபெரும் சமுத்திரமாகவும் மனித உடலை அதை கடப்பதற்கென்றே பிரத்யேகமாக வடிவமைக்கப்பட்ட தோனி யென்றும் உருவக-மாகச் சொல்வதுண்டு.

வேத இலக்கியங்களையும், புண்ணிய புருஷர்களை, சித்தர்கள், யோகிகள், ஆச்சார்யர்களையும் திறமைமிக்க மாலுமிகளாகவும், மனிதஉடல் பெற்றிருக்கும் தனிச் சிறப்புகளை எத்தகைய இன்னல்களுக்கும் உட்படாமல் இலக்கை நோக்கித் தோனியைச் செலுத்த உதவும் கடற்காற்றாகவும் ஒப்பிட்டுச் சொல்வதும் உண்டு.

இவ்வுலகில் எல்லா வசதிகளும் அமைந்திருக்கும் ஒருவர் தம் வாழ்வை ஆத்-மஞானம் பெறுவதற்குப் பயன்படுத்திக் கொள்ளாவிடில் அவர் அவரின் ஆத்மா-வைக் கொன்றவராகவே கருதவேண்டும். ஆத்மாவை அழிப்பவன் அறியாமையெ-னும் இருள் சூழ்ந்த உலகில் என்றென்றும் வாழ்வானென்று ஸ்ரீ ஈ. சோபநிஷத் மிகத் தெளிவாக எச்சரிக்கின்றது.

ஒளி., காற்று இவற்றின் வேகத்தை விஞ்ஞானிகள் கணக்கெடுத்துள்ளனர், ஆனால் மனம், அறிவு, இவற்றின் வேகத்தைப் பற்றி இவர்களால் ஏதும் கணக்கிட முடிவதில்லை. காரணம், ஒரு கணத்தால் ஆயிரக் கணக்கான மைல் தூரத்தி-லுள்ள இடங்களுக்கு மனத்தை எட்டுவிக்க முடியும் என்பதிலிருந்து மன வேகத்-தைப் பற்றி நமக்குச் சிறிது யோசிக்க அனுபவமிருக்கின்றது. அறிவு இன்னம் நுண்மையானது. அறிவைவிட நுண்மையானது ஆன்மா, இது மனம், அறிவு, இவற்றைப்போல் ஜடமல்ல ஆன்மா, இது ஆன்மிகமானது இயற்கையின் கூறு என்றும் உள்ளது. நித்தியமானது. அறிவை விட பல லட்சம் மடங்கு நுண்ணிய-

தும், சக்தி கொண்டது ஆத்மா.

ஆன்மா ஜட வாகனங்களை உபயோகிக்காமலேயே தனது சக்தியாலேயே! பயணம் செய்கிறது என்பதனைக் கூற வேண்டியதில்லை. இதை அனைவரும் நன்கு உணரவேண்டியதே அவசியமாகும்.

சூரியன், சந்திரன், மின்சாரம் இவற்றை விட பன்மடங்கு சக்தியும் ஒளியும் உடைய ஆன்மீக பொறியாகும் ஆத்மா.

ஆத்மாவுடன் தனது தன்னிலையை உணராதவரின் மனித வாழ்வு வீணாக்கப்-படுகின்றது.

ஜட உடலானது ஆத்மாவின் ஒரு உறைவேயாகும். மனமும், அறிவும், அதன் உள் கவசங்களான நிலம், நீர், காற்று முதலியவற்றாலான ஸ்தூல பஞ்சபூத உடல் ஆத்மாவின் வெளி உறைகளும் ஆம்.

எனவே ஜடத்திற்கும், சேனத்திற்குமான உறவை அறிந்த யோக பயிற்சியினால் தன்னை உணர்ந்த முன்னேற்றமடைந்த ஆத்மா தனது ஸ்தூல ஆடையைப் பக்-குவமான விதத்தில் தன்னெண்ணப்படிக் களைய முடியும். இது மனிதர்களான நமக்கு நம்மை படைத்த இறைவனின் கருணையால் கொடுக்கப்பட்ட முழு சுதந்-திரம்.

ஆத்மாவின் வாய்ப்பினாலேயே ஜட உலகின் துன்பகரமான வாழ்வு அமைவது மில்டனின் 'பாரடைஸ் லாஸ்ட்' (இழந்த சொர்க்கம்) எனும் நூலில் சித்தரிக்கப்-பட்டுள்ளது.

இது போலவே வாய்ப்பைப் பயன்படுத்தி ஆத்மா மீண்டும் நிலையான வாழ்வை அடைந்து வீடுபேறு என்ற பேரானந்த இருப்பான இறைவனை நோக்கி திரும்ப முடியும்.

ஆன்மா என்பது ஓர் அறிவுக்கும், மனதுக்கும் நம் சிந்தனைக்கும் எட்டாத கணக்கிட முடியாத ஓர் ஆற்றல்சக்தி என்றளவில் தாம் புரிந்து கொள்ளலாம்.

பௌதிக உலகில் உயர் சிகரங்களுக்குச் செல்ல விரும்புபவர்கள் தன்னுடைய மனம், புத்தி, தன்னுணர்வு என்பவைகளைக் கொண்டிருக்கலாம் ஆனால், நிலம், நீர், காற்று, நெருப்பு, ஆகாயம் எனும் ஜட மூலங்கள்களான ஸ்தூல உடலை விட்டுவிடத்தான் வேண்டும். ஸ்தூல, சூட்சும என்ற இரு உடல்களையுமே நீக்கல் வேண்டும்.

ஏனெனில் ஆன்மீக வெளியை பிரபஞ்சத்தை பரபிரம்ம பேரண்டத்தின் பேரா-னந்த நிலையை அடைய ஆன்மா ஆன்மீக உருவுடனேயே அடைதல் சாத்தியம்.

ஆன்மீக உரு என்பதே நம் எண்ணங்களுக்கே புலப்படாதது "அருவரு" "ஆன்மா" — ஓர் சக்தி, புலன்களுக்கு மேலாக மனமும், மனதிற்கு மேலாக புத்தியும், புத்திக்கும் மேலாக ஆத்மாவும் உள்ளது. எனவே உண்மையான கல்வி-யின் லட்சியம் ஆத்மஞானம் பெறுவதாக, ஆத்மாவின் ஆன்மீகத் தன்மைகளை

அறிந்துணர்வதற்கு உதவியாக அமையவேண்டும்.இத்தகைய லட்சியத்திற்கு இட்டுச் செல்லாத எந்த கல்வியையும்அறியாமை என்றுதான் கருதவேண்டும். அறியா-மையின்பாற்பட்ட எந்த கலாசாரமும் அறியாமை எனும் இருள் சூழ்ந்த கீழான திசைக்கே நம்மை இழுத்துச் செல்லும்.

மனிதன் தன் செயல் சக்தியைப் பரப்பிரம்ம பகவானின் அதிகாரத்தை உணரத்தக்க வகையில் நெறிப்படுத்த கர்ம, பக்தி, ஞான மார்கங்களை அவரவர் புரிதலுக்கு ஏற்ப கற்றுணர்ந்து, நம்மை படைத்த பகவானின் அதிகாரத்தை ஒருவர் உணர்ந்தறியும் போது அவர் உறுதியான அறிவு நிலையை எய்தி உள்ளவராகிறார்.

புனிதமடைந்த இந்நிலையில் இயற்கையின் முக்கிய குணங்களான ஸாத்வீக, ராஜஸ, தாமஸ குணங்கள் செயலற்றுப் போவதால் 'நைஷ்கர்ம' நிலையில் செயற்-படுவது சாத்தியமாகின்றது. இத்தகைய செயல்கள் ஒருவரை பிறப்பு, இறப்பு எனும் சூழலில் பிணைப்பதில்லை.

சாதாரண மனிதன் புலனின்பத்திற்காக செயல்படுகின்றான். அவனுடைய ஆன்மா தன் புலன்களின் திருப்த்திக்காகவும் உடனடி அல்லது நீண்ட கால தேவைகளுக்காகவும் செயல்பட்டும் பழகிவிடுகின்றது.

இந்தப் புலனிச்சைகள் சமுதாயம், நாடு, மனித இனம் என்ற அளவில் விரி-வடையும் போது அவை பொது சேவை, சமுதாய வாதம், பொதுவுடைமை, நாட்டுப்-பற்று, மானுடம் போன்ற கவர்ச்சிகரமான பெயர்களை மேற்கொள்கின்றன. இந்-தத் தத்துவங்கலெல்லாம் கர்ம வினைப் பிணைப்பின் கவர்ச்சி மிக்க வடிவங்களே. ஆனால், இத்தத்துவங்களில் ஏதாவதொன்றை வாழ்வின் லட்சியமாகக் கொள்ள விரும்புபவர்கள், அதைக் கடவுள் மையமாகக்கொண்டு செயல்படுத்த வேண்டு-மென்று 'ஈசோபநிஷத்' பணிக்கிறது,

குடும்பஸ்தானாகவே, பொதுநல ஊழியரகவோ சமுதாயவாதியாகவோ, பொது-வுடைமைவாதியாகவோ, தேசியவாதியாகவோ, மானுடவாதியாகவோ இருப்பதில் தவறில்லை, ஆனால் ''ஈசோவாஸ்ய'' அதாவது அவருடைய செயல்கள் அனைத்-தும் கடவுளை மையமாக கொண்டு ஒருவர் தம் செயல்களை வடிவமைக்க வேண்-டும். இப்படிப்பட்ட செயல் முறைகள் எவ்வளவு மகத்தானவைகள் என்றும் மனி-தனை பேராபத்துக்களிலிருந்தும் எப்படிக் காப்பாற்றுகின்றன என்பதனையும் அறிய வேண்டும் எனில் நான் அறிந்த வரையில் நமது தேசப்பிதா காந்தியடிகள் தம் கடமையை ஓர் தேசியவாதியாக, சமுதாய வாதியாக, மானுட வாதியாக

வாழ்ந்து பிரிட்டிஷ் ஏகாதிபத்தியத்தை எதிர்த்து சுதந்திர வேட்கையை மக்க-ளிடையே பரவச்செய்து 18 ஆண்டுகள் சிறையில் இருந்து செயல்களை எப்படி 'ஈசாவாஸ்ய' கடவுளை மையப்படுத்தி செய்வித்தார் என்பதனை அவர் எழுதிய 'சத்தியசோதனை' என்ற புத்தகத்தை படித்து உணர்ந்து கொள்ளலாம்.

என் வாழ்நாளில் அதனை, 10 முறை படித்ததினால் எம்மால் இதனை தெளிவாகக் கூற முடிகிறது. இதே உணர்வை தான் நமது முன்னாள் குடியரசுத் தலைவர் டாக்டர் ஏ.பி.ஜே. அப்துல் கலாம் ஐயா அவர்கள் எழுதிய "அக்னிச்சிறகுகள்" என்ற நூலில் அவருடைய வாழ்க்கைக் குறிப்புகளை ஐந்து முறை படிக்கும் போதும் உணர்ந்தேன்.

இந்த இடத்தில் இந்த இரு நற்பண்பு நாயகர்களைப் பற்றிக் குறிப்பதின் காரணம் இவர்கள் இருவரும் சாதாரண மனிதர்களாகப் பிறந்து இலட்சியவாதிகளாக மகத்தான காரியங்களை மக்களுக்காக செய்த மகா புருஷர்கள் என்பதினாலும். தங்கள் குடும்பம், வறுமை, வாழ்க்கை என்ற பல போராட்ட களங்களில் சமூக சேவையாற்றி மக்கள் மனதில் இன்றும் வாழ்கின்ற உண்ணத மனிதர்கள் என்பதினாலும், அனைத்தையும் துறந்து துறவிகளாக செல்லாமலும் இது போல் வாழ்ந்து ஆன்ம ஞானம் பெறலாம் என்பதற்கு உதாரண புருஷர்களாக திகழ்கிறார்கள் என்பதனாலேயே. இவர்களை நாம் பின்பற்றலாம் என்ற காரணத்தினால் இவர்களை இங்ஙனம் குறிப்பிடுகிறேன்.

ஆரம்பத்தில் வெவ்வேறு அணுக்களாக இருந்து அனைத்திலும் இருந்து உயிரணுக்களாகிய பிராண அணுக்களைச் சுவாசித்து மனிதனாகப் பிறந்து இருந்தாலும் வேறு இடத்தில் வேறு அணுக்களாக இருப்பது அதனால் பிறப்பறுத்து வீடுபேறு எனும் முக்தி அடைந்தாலும் அந்த ஆன்மா அணு சாவதில்லை, மறைவதும் இல்லை. நித்திய ஆன்மாவான இறைவனுடன் இணைகிறது. இதுவே ஆன்மாவின் 'பேரானந்தம்'.

நம் உள்ளே உள்ள ஆன்ம சக்தி சூரியனாகவும், மனோசக்தி சந்திரனாகவும், அக்கினி சக்தி மூலக்கனலாகவும் நம்முடைய நாடி நரம்புகளில் இழைந்து ஓடுவதை முறைப்படுத்தி, நம் மன ஆட்சியின் கீழ் கொண்டு வரும் நாமே அண்ட பிண்ட ஊடுருவலாவாய் ஆவோம் என்பதனை உணரமுடியும்.

நாம் அரிய மானிடப்பிறப்பு என்பதனை உணரும்போது மகத்தான மாண்புமிக்க காரியங்களை செய்ய இறையாற்றல் நம்மை தேர்வு செய்யும், அதற்குத் தேவையான இல்வாழ்வு மாறுபாடு அடையும், இல்லறத்திலேயே துறவறம் என்னும் உன்னதமான மனோலயம் ஏற்பட்டு விடுமேயானால் மனதில் அமைதி என்பது எப்பொழுதும் நித்தியமானதாக ஏற்பட வழிவகுக்கும்.

இதனையே 'வாழும்கலை', 'மனவளக்கலை' என்று பல சொற்களால் தத்துவஞானிகள் ஸ்ரீஸ்ரீ ரவிசங்கர், வேதாத்திரி மகரிஷி, பிரம்ம குமாரிகளின் இராஜயோக தியானம், குண்டலினியோகம் என்ற பல முறைகளில் பெயரிட்டு இவ்வுலகில் சில ஆன்மீக அமைப்புகள் செயலாற்றி வருகின்றன. நதிகள் பலவானாலும் சென்று சேருமிடம் கடல் என்ற ஒரே சமுத்திரம் என்பது போல் வழிகள் பலவானாலும் அமைதியைத் தேடும் மனிதன் ஏதேனும் ஒரு வழியைப் பயின்று பயிற்சி

எடுத்தால் ஆழ்ந்த அமைதியில் அவர்தம் வாழ்க்கையை நடத்தி மன நிம்மதியுட்-டன் செல்லலாம்.

நீங்கள் உங்களுக்கே கொடுத்துக்கொள்ளும் கருத்துக்களும், செய்திகளும் தான் உங்கள் வாழ்வின் மிக வலிமை வாய்ந்த ஆற்றலாகும். அவையே உங்கள் விதியை கட்டுப்படுத்துகின்றன. உங்கள் மன உரையாடல்களே உங்கள் வாழ்வு உங்களுக்கு நீங்கள் என்ன சொல்லிக் கொள்கிறீர்களோ அதன் மொத்த உருவாக நீங்கள் ஆவீர்கள். சுருக்கமாகச் சொன்னால் உங்கள் உள்மனச் செய்திகளே "நீங்-கள்" - என்றார் - நெல்சன் பாஸ்வெல்

உயிர் - உடலை விட்டு நீங்கியதால், மெய் என்று சொல்லப்படுகின்ற. உடல் உற்றதாக ஆகி விடுகிறது என்றால் அதனுள் இருக்கும் பல கோடி செல்கள் சக்தி அற்றவையாக ஆகிவிடுகின்றன. ஆகவே இதயம் நின்று விடுகிறது. மூளை செயல் அற்று விடுகிறது. ஆகவே உயிரற்ற பிண்டமாக தாயின் கர்ப்பப்பையில் உருவான உடல் வெளி உலகிற்கு, கருப்பையை விட்டு நீங்கி தாயின் தொடர்-பான தொப்புள் கொடியிலிருந்து விடுபட்டு பின்னர் தான் பிராணன் என்ற காற்றை சுவாசிக்கும் பொழுது தான், தாய் வேறு குழந்தை வேறு என்ற ஈருயிராக பரிண-மிப்பது போல் ஆதியிலிருந்து துடித்துக்கொண்டிருக்கும் தாயின் இதயம் போலவே பிறந்த குழந்தையின் இதயம் துடிக்க ஆரம்பிக்கின்றது.

தாயின் கருவறையில் ஈருயிராக ஓர்உயிராக ஈருயிராக ஓர் உடலாக உள்ள குழந்தை தாயின் உணவையும், உணர்வையும், உணர்ச்சிகளையுமே பெற்ற வண்-ணம் பிண்டமாக வளர்கிறது அதற்கு உயிரும் இல்லை. பிராணன் என்ற உயிர்க்-காற்றுடன் ஆன்மா அந்த உடலில் புகும்போது தான் தனி - ஜீவனாக பரிணா-மம் பெருகிறது. ஆகவே ஆன்மா என்பது பிரபஞ்சமே! அதன் ஒரு சாதாரண பிரபஞ்ச - ஆன்மா ஒன்றே; பலவாகப் பரிணமக்கின்றது. ஒவ்வொரு உயிரிலும் ஊடுருவியிருக்கும் ஆன்மா பிரபஞ்சமே. அதனையே தத்தவமசி நீ அதுவாகவே இருக்கின்றாய் என்று சித்தர்களும், ரிஷிகளும் கண்டனர்கள்.

ஆன்மா: நான் உடல் அல்ல ஆன்மா நான் பிரபஞ்ச சக்தியின் கூறு அதன் பொருள் விளக்கமும் இதுவே இதை விளங்கசொல்கிறார்கள் சித்தர்கள். ஆன்மா-விற்கு தீ சுடாது. நீரில் கரையாதது, காற்றால் அடித்துச் செல்லப்படாது, நிலத்-திலும், ஆகாயத்திலும் பதியாது அது நித்தியமானது நிர்மலமான பரப்பிரம்மத்தின் கட்டுப்பாட்டிலேயே இயங்கும்.

பேரியக்கப் பெருவெளியில் மகாசக்தியான ஆன்மா எல்லையற்றது, ஏகாந்த-மானது, எங்கும் உள்ளது. நம் உடலில் உயிராக பரிணமிக்காத வரை எந்த ஓர் உடலிருந்தும் அல்லது ஓரறிவு முதல் ஆறறிவு ஜீவனில் இருந்து வெளிப்படும் வரையும் தான் ஆன்மா கட்டுண்டு உயிராக இருக்கின்றது. அவ்வுடலை விட்டு நீங்கிய உடன் பிரபஞ்ச ஆன்மாவுடன் இரண்டற இணையும் போது அது அந்-

தமாகிய பரப்பிரம்மனின் கட்டளையை ஏற்கும் ஒன்றாக ஆகிவிடுகிறது. ஆகவே "ஆன்மாவே" என்பது "தான்" என்ற உணர்வுடன் நம் சித்தத்தில் பரிபூரண-மாக இருக்கின்றது. என்பதை மீண்டும் கூறுகிறேன்; சித்தத்தில் (நமது அறிவிலும் அல்ல மதியிலும் அல்ல) பரிபூரணமாக பதியும் போது பரமனின் அபாரா சக்தி நம் உடல் மற்றம் உயிர் வயப்பட்ட ஆன்மாவிற்குக் கிடைத்து விடுகின்றது.

அப்படிக் கிடைக்கப்பெற்ற ஆன்மாக்களை சித்தத்துடன் ஜீவன் முக்தனாக இறைவனின் இறைத்தன்மையில் கலந்து கால காலத்திற்கும் சாலபுருவி தத்துவத்-தின் அடிப்படையில் நித்திய சஞ்சாரியாக எங்கும் எதிலும் ஈரேழு பதினான்கு லோகங்களையும் ஆளும் வல்லமையுள்ள ஈசனின் ஆண்ம ஆற்றலுடன் இணைந்து ஆன்மாக்கள் ஆகின்றனர்.

"நான் ஆன்மா" என்ற உணர்வு பெற முனையும் ஒவ்வொரு மனிதனும் முத-லில் அறிந்திருக்க வேண்டியது எதுவெனில் மனம், மெய், மதி இவை மூன்றும் ஓர் அறையில் அமைதி என்ற சாந்தி நிலையை அடைய முயற்சிப்பது ஆகும். இந்த ஆழ்மன அமைதி மனதில் வந்து விட்டால் ஆழ்மனம் நமது சித்தத்துடன் சீர்பட இயங்கி இருக்கும் நிலையில் நான் உடல் அல்ல, ஆன்மா என்ற புரிதல் ஏற்பட்டு விட்டால் அமைதி என்பது உடலின் புலன் இன்பங்களை கடந்த ஆனந்த நிலைக்குச் செல்லும் அதுவே உயர உயர பேரானந்தம் என்ற முக்தி நிலைக்கு உயரும் அதுவே ஜீவன் முக்தனாகி ஆன்மாவை நாம் சித்தத்தில் உணரும் பேரறி-ரிவு பெறப் பெற்றால் நாமும் பேரறிவாளனுடன் ஒன்றாவோம்.

உலகில் இருந்தாலும் உடலுக்கு பசி, தாகம், குளிர், வெப்பம், தூக்கம், விழிப்பு என்ற நிலை கடந்து ஜீவன் முக்தனாகி "ஆன்மா" என்ற கோதாவில் உடலிலே உயிராவும் இருக்கும் நித்திய சஞ்சாரியாக எங்கும் பயணிக்கும் பேராற்றலையும் பெற்றுவிடும். அழிவில்லாதாகிவிடும். இதை ஆற்றலின் ஐக்கியமாக்கி அவனில் ஐக்கியமாகி மேலான கற்பனைக்கும் எட்டாத அற்புதம் ஆகி, புனிதத்தின் புனித-மான நித்திய பரிபூரண புனிதமான அமிர்த கலசமாகி பேராற்றல், பேரறிவு, வற்றா இருப்பு என்றாகி, காலவர்த்தமானங்களைக் கடந்த நிலையில் மிளிரும்.

"மனிதா நீ மகத்தானவன்"

5

செயல் (வைராக்கியம்)

செயல் செய்ய அடிப்படையான கோட்பாடுகளை நாம் உணர்ந்து கொள்ள வேண்-
டுமானால் ஸ்ரீமத் பகவத் கீதையில்-17 ஆம் அத்தியாயத்தில் பகவான் ஸ்ரீ கிருஷ்-
ணன் கூறுவதைக் கவனிக்க ஏதுவாகும்.

செயலை நாம் அன்றாட தவமாக செய்ய பழக வேண்டும் தூய்மை, நேர்மை,
பிரம்மச்சரியம், கொல்லாமை ஆகிய இவை நமது உடம்பைப் பற்றிய தவமெனப்-
படும்.

சினத்தை விளைவிக்காததும், உண்மையுடையதும், இனியதும், நலங்கருதியது-
மாகின சொல்லல், கல்விப்பயிற்சி இவை வாக்கு தவம் எனப்படும்.

மன அமைதி, மகிழ்ச்சி, மௌனம், தன்னைக் கட்டுதல், எண்ணத்தூய்மை —
இவை மனத் தவமெனப்படும். இங்கு தவம் என்பது வைராக்கியமாக பின்பற்று-
தல் என்ற பொருளில் எடுத்துக்கொள்ள வேண்டும். தவம் என்பதற்கு இணையான
தமிழ் அகராதி சொல் - எரித்தல், திரித்தல், தவிக்கச் செய்வது தவம். ஒருவர்
அமைதி - ஆனந்தம் - பேரானந்தம் பெரு நிலையை எய்த உலக வாழ்க்கையில்
அன்றாடம் புரியும் செயல்கள் பெரிய பங்கு வகிக்கின்றன நாம் அன்றாட செயல்
முறைகளை ஓர் தவமாக செய்ய விளைந்தோம் என்றால் அமைதி என்பது உள்-
ளங்கை நெல்லிக்கனி போல் எளிதில் அடையப் பெறுவோம்.

செயல்கள் புரியும் விதம் முழுவதும் நமது எண்ணம் சார்ந்த ஒன்று. நாம்
அனைவரும் ஒரு செயலை செய்யும் முன் முதலில் மனதால் எண்ணுகின்றோம்
பின்னர் அதனை செயலாக்கம் கொடுக்கின்றோம்.

அவ்வகையில் செயல்புரியும் முன்னர் மேற்கூறிய மூன்று தவ கோட்பாடுகளில்
முறையே உடலை பற்றியதா? வாழ்க்கை பற்றியதா? அல்லது மனதை பற்றியதா?
என்று முறையாக பகுத்துணர்ந்து அச்செயலை நாம் செயல்படுத்த முற்படும் போது
சீரிய முறையில் அச்செயல் நடைபெறும்.

உதாரணமாக நமது உணவுமுறையை எடுத்துக் கொள்ளுவோம் மரக்கரி உணவா? அசைவ உணவா? எதனை உண்பது?

கொள்ளாமை என்ற அடிப்படையில் அசைவ உணவு முதற்கட்டமாக நிராகரிக்கப்படுவதாக வைத்துக்கொள்வோம். மரக்கரி எனில் ஏற்றுக்கொள்ளப்படுகிறது.

அடுத்தது அந்த உணவு தூய்மையானதாக தயாரிக்கப்பட்டதா என்ற அடிப்படையில் அதன் தூய்மை நமது மனதிற்கு ஒப்புமாகில் அதனை உண்பதற்கு ஏற்றுக்கொண்டு அடுத்த கட்டமாக அது நமது கைக்கு வந்த முறை நேர்மையானதா என்ற அடிப்படையில் ஆய்ந்து ஆம், அது நமது நேர்மையான உழைப்பில் பெறப்பட்டது என்று நமது மனம் விடை தரும் பொழுது அந்த உணவு நாம் உண்பதற்கு ஏற்றுக்கொள்ளப்படுகிறது என்று வைத்துக்கொள்வோம்.

இறுதியாக பிரம்மச்சரியம் என்ற அடிப்படையில் பார்க்கும் பொழுது துறவு வாழ்க்கை வாழ்ந்த தவசிகள் பிரம்மச்சரியம் அனுஸ்டித்து வாழ்ந்த தருணத்தில் அது அவர்கள் பிரமச்சரிய விரதத்திற்கு ஏற்புடையதா அல்லவா என்பதை எண்ணுவர், ஆனால் நாம் கிரகஸ்தர்கள் திருமணம் புரிந்தவர்கள் என்ற அடிப்படையில் பிரம்மச்சரிய விரதம் இல்லாத நிலையில் நம் கையில் உள்ள உணவை மற்ற தகுதிகளின் அடிப்படையில் எற்றுக்கொண்ட உணவை உண்ண முழுமனதுடன் விரும்பி உண்ணும் உணவு இறைவன் நமக்கு அந்த வேளையில் நாம் பசிக்கு கொடுத்த உணவு என்ற எண்ணத்தில் ஏற்கும் பொழுது நமது செயல் பூரண அமைதியுடைய செயலாக பூரணமளிக்கிறது. இச்செயல் நமது உடம்பிற்கும் மனதிற்கும் அமைதியையும் ஆரோக்கியத்தையும், ஆற்றலையும், சக்தியையும் கொடுக்கும் அமிர்தமாக ஜீரணிக்கப்பட்டு ஏழு தாதுக்களாக நமது உடம்பில் உயிரிலே கலந்து நீண்ட வாழ்விற்கு வழிவகுக்கிறது.

இது போன்ற எண்ண ஓட்டத்தில் இருக்க நாம் நம் மனதை பண்படுத்திக்கொண்டு வாழக்கற்றுக் கொண்டால் நாம் செய்யும் ஒவ்வொரு செயலும் இனிதாகவும் அமைதி என்ற நமது சாம்ராஜ்யத்தின் ஆணிவேர்களாக படர்ந்து மனம் ஆனந்தமாக பூத்துக்குலுங்கும், நறு மலர் தோட்டமாக பரிமளிப்பதை நாம் நம் அன்றாட வாழ்வில் உணரமுடியும்.

இம்மூன்று செயல் விளக்கத் தவக் கோட்பாட்டில் முதல் உடல் தவமெனப்படுவது நம்மை மட்டுமே சார்ந்தது எதிரில் உள்ளதோ ஓர் ஜடப் பொருளான உணவு

.

ஆனால் இரண்டாவது வாக்கு தவமென்பது மிகவும் நெருடலானது பல சந்தர்ப்பங்களில் நம்மை குழப்பத்தில் ஆழ்த்தக் கூடியது சினத்தை விளைவிக்காததுமான ஒன்றை எடுத்துக் கொள்வோம்.

(உதாரணமாக) நாம் ஓர் ஆசிரியராக இருந்தால், நாம் ஓர் காவல் அதிகாரியாக இருந்தால், நாம் ஓர் அலுவலக மேலாளராக இருந்தால், நாம் ஓர்

குழந்தைக்கு தகப்பனாக இருந்தால், நாம் ஒரு சாதாரண மனிதனாக இருந்தாலும் சினத்தை விளைவிக்காமல் சாந்தமான அடிப்படையில் நாம் சார்ந்த அனைவரிடத்திலும் எப்பொழுதும் சிரித்த வண்ணமே பேசிக் கொண்டிருக்க வேண்டி இருக்கும். இது அன்றாட வாழ்க்கையில் மேற்குறிப்பிட்ட உதாரண மனிதர்கள் என்றாலுமே அன்றாட சாத்தியமா என்றால் இல்லை என்பதுதான் மேலோட்டமான பதிலாக இருக்கும் ஆனால் இந்தக் கோட்பாட்டை உடைப்பது ஸ்ரீமத் பகவத் கீதை இந்துக்களின் புனித நூலாக உள்ளபடியால் இது பொய்யாகாது.

சினத்தை விளைவிக்காத, உண்மையுடைய இனிய அடுத்தவர் நலன் கருதியதுமாகிய சொல்லை சொல்ல வேண்டும். அதனையே ஒரு ஆசான் என்ற தகுதியில் கூறவந்த கருத்தையோ, உத்தரவையோ, அல்லது விபரத்தையோ மனதின் ஆழத்திலிருந்து செயல்படுத்தும் பொழுது அதுவே அவரிடம் கடமை என்ற அடிப்படையில் ஓர் ஆசிரியரோ, அதிகாரியோ, காவலரோ செய்யும் பொழுது அச்செயல் அவர்தம் மனதிற்கு ஏற்புடையதாக, அவர்தம் அமைதியை குலைக்காத செயலாக இருக்கும் பொழுது அச்செயலாளர் தம் மனம் அமைதி அடையும் என்றும் அவர் வருந்த வேண்டியும் இராது.

அதுபோல் அச்செயல் புரிபவர் கடமை என்ற அடிப்படையில் கூறும் பொழுது எதிர் உள்ளவருக்கு ஏற்புடையதாக இருக்கும்.

நோக்கில் தவமாக செயல்படுத்தும் பொழுது மன அமைதி என்பது சற்றும் பாதிக்காத ஓர் செயலாக இருக்கும்.

மூன்றாவதாக உள்ள கோட்பாடான "மனத்தவம்" என்பது மேற் கூறிய இரண்டிலும் முற்றிலும் மாறுபட்டது காரணம் இத் தவச் செயல் தனக்குத் தானே ஓர் நீதிபதியாக, ஆசானாக, யோகியாக, ஞானியாக பாவித்து எச்செயலை செயல்படுத்தும் முன்னர் இச்செயல் நம் மன அமைதிக்கும். நமது மகிழ்ச்சிக்கும், உகந்ததா என்று பலமுறை சிந்தித்து மௌனமாக யோசித்து தன்னை கட்டுப்படுத்தி எழும் பல எண்ணங்களிலிருந்து தன்னை தூய்மை செய்து அச்செயலை செய்விக்கும் பொழுது அச்செயல் அமைதி என்ற இனிய ரசத்தை ஆனந்தம் என்ற பாலுடன் கலந்து பேரானந்தம் என்ற அமிர்தத்தை ஒத்த சுவையுடையதாக பரிணமிக்கும்.

நாம் செயல்புரியும் ஒவ்வொரு நொடியும் இவ்வாரான மன லயத்தில் ஆழ்ந்த தவமாக செய்ய வேண்டுமானால், தவம் என்பது நம் வாழ்வின் சதாசர்வ காலமும் உடல் — உயிர் - மனதுடன்பினைக்கப்பட்டதாக அமைந்திட வேண்டும்

தவம் அறிந்த தவ சீலரான இடைக்காடர் என்ற சித்தர் "இடைக்காடர் உபநிடத்த்தில்" கூறுகின்றார். உள்ளும் புறமும் ஒன்றாக வாழுங்கள். ஏழை (ராமன்) இடையன்(கண்ணன்) இளிச்சவாயன் (நரசிம்மர்) ஆகியோருக்கு விழா நடக்கும் இடங்களில் இன்பம் நிறைந்து இருக்கும்.

"மனம் போல வாழ்வு உள்ளம் போல் உலகம்". உங்கள் ஆரவாரமான வழி-பாட்டால் கோவில்களில் உள்ள ஸ்வாமிகளின் சக்தி போய்விடும். போலியான வாழ்வும் பொசுங்கிப் போய்விடும். உடம்பு, மனம், ஆன்மா இவற்றை தூய்மையாக வைத்துக் கொள்ளுங்கள் "தெய்வம் உங்களைத் தேடி வரும்" என்கிறார் இடைக்-காடர்.

உயர்ந்து வளர்ந்த புற்றுதான் இந்த உடல். இந்த புற்றில் ஒரு பாம்பு குடி இருக்கிறது. அதன் பெயர் கோபம். அது எந்த நேரத்திலும் சீறி எழுந்து, அடுத்த-வரை கொத்தும். அது உயிரோடு இருக்கும் வரை நல்லதே நம்மிடம் நெருங்காது. நம்மிடம் இருக்கும் புண்ணியத்தையும் அந்தப் பாம்பு அழித்து விடும், என உபதே-சிக்கின்றார்.

சினம் என்னும் பாம்பு இறந்தால்
தாண்டவக்கோனே! யாவும்
சித்தி என்று நினையேடா
தாண்டவக்கோனே!

சிவகங்கை மாவட்டம் மானாமதுரைக்கு அருகில் இருக்கும் இடைக்காட்டூர் என்ற ஊரில் சித்தியடைந்தார் — இடைக்காடர்.

'மனிதா நீ மகத்தானவன்'

6

தவம் (தியானம்)

தவம் - தியானம் என்பது மனிதம் உள்ள மனிதனிடம் மண்டியிட்டுக் கிடக்கும். மனிதம் உள்ள மனிதனிடம் மயங்கிக் கிடக்கும். மனிதம் உள்ள மனிதனிடம் காதல் வயப்படும் என்று சற்று கொச்சையாக கூற வேண்டும் என்றால் — சற்று புரி- யும்படி கூறலாம்.

'ஏகாந்தத்தின் உச்சநிலை சமாதி' ஆம், மனிதம் உள்ள மனிதனிடம் இயல்பாக தவ ஆற்றல் எளிதாக கைவய்யமாகும். மனிதம் என்பதும் அன்பு, கருணை என்- பதும் ஓர் தாய் வயிற்றுப் பிள்ளைகள் எனலாம்.

அன்பே சிவமாக நின்றதினால்தான் கருணையின் கடலான இறைவன் இப்பிர- பஞ்சத்தின் கூறாக சாயலாக உலகிலுள்ள எண்ணிலடங்கா ஜீவராசிகள் அதாவது அறிவுடனே தன் சாயலாக மனிதனைப் படைத்தான். பேரறிவாளன் பிரம்மாண்- டத்தின் இயற்கை வடிவில் உள்ளதையெல்லாம் ஆண்டு அனுபவித்து அதனை எல்லாம் மாயை என்று ஒதுக்கி நீ என்னிடம் லயிப்பாயானால் மானிடா! நீயே நான்: நானே நீ, என்பதனை உணர்வாய், என்கிறான். பின்னர் பிறப்பு, இறப்பு என்ற காலச்சக்கரத்தின் பிடியிலிருந்து விடுபடுவாயாக என்றுரைக்கிறான் பிரம்மன்.

மனம் நம்பினாலொழிய, உள்மனம் வழிகாட்டாது உள்மனம் தெளிந்தாலொழி- யலொழிய, உள்மனம் வழிகாட்டாது. உள்மனம் வழிகாட்டாமல் எதனையும் மனி- தனால் பெறவே முடியாது. அந்த உள்மனம், மூல குருவாக இருந்து மனிதனை மகத்துவம் பெறச்செய்கிறது.

மூளை அபாரசக்தி பெற ஒருமையில் திளைக்கும் "அறிதுயில்"(தியானம்) அவசியமாகிறது.

உள்மனம் சலனமற்றது, சாந்தமானது, அபாரசக்தி பெற்றது.வெளிமனத் தவறு- களைச் சரி செய்வது உள்மனம். தவறுக்கான காரணத்தை சுட்டிக்காட்டுவதும் உள்மனம்தான். வெளிமனதை எச்சரிக்கை செய்தும் அகத்தூண்டுதலுக்குத் தூண்-

டுகோலாகவும், செயல்களில் செயல்களைச் செய்விப்பதும், உடல் அவையவங்-களை தனது கட்டுப்பாட்டிற்குக் கொண்டு வருவதும், பழமையான சம்பவங்கள், சொற்களின் பதிவேடாக இருப்பதும் உள்மனம்.

அமைதி, எழில், சாந்தி துன்பத்திலிருந்து இன்பத்திற்கு அழைத்துச் செல்லும் நூதனம் தியானம். மெய்ப்பொருளின் அகமுகத்தைப் பற்றி அறிமுகப்படுத்துவது தியானம், மனம் புலன் வழியே தலைவிரித்தாடாமல் மேலான ஒன்றில் ஒன்றி அதுவாகிவிடுவதே 'அரிதுயில்'. எண்ணங்களற்ற அரிதுயிலால் (தியானம்) பிர-பஞ்ச ஆற்றலின் சுரங்கமாக மூளை விளங்கும் வெறுமையில் இருந்துதான் நமக்கு வேண்டிய ஆற்றலை நிரப்ப முடியும் எண்ணங்களற்ற அகமுக பயணமே நம்மை நாம் அறிந்துகொள்ளும் வழியாகும்.

தியானத்தின் ஆரம்ப நிலை ஆல்ஃபா, மூளையின் பின் பகுதிகளை ஊக்கு-விக்கின்றது. தியானத்தில் மூழ்கும் போது மூளையின் முன் பகுதியிலும், பின்பகு-தியிலும் 'தீட்டா' மின் அலைகள் ஆக்கிரமிக்கச் செய்யும்

சமாதி எனப்படும் அதிநுண்மையான அமைதியில் டெல்டா மின்னலின் அதிர்-வால், எண்ணங்களற்ற அறிவுடன் கூடிய உறக்கத்தில் 'நான்' என்ற அகந்தை நீங்கி விடும் எஞ்சியிருக்கும் உயிரே ஆன்மாவின் ஆற்றலாக மடைமாறுகிறது. (வேதாத்திரி மகரிஷி கூறியதுபோல் உயிரின் படர்க்கை நிலையே ஆன்மாவின் ஆற்றலாகிறது என்பது கவனிக்கத்தக்கது).அதுவே எங்குமாய் எல்லாமுமாய் இருக்கின்றது என்று அறியும் நிலையில் சூனியம் அல்லது பரிபூர்ணமாகிறது. பரி-பூரணத்துவமே சூனியமாகிறது.

தவத்தில் நீல வண்ணத்தை பார்ப்பவர்களுக்கு நுண்மையான அகப் பார்வையும் சூக்கும் ஒலிகளைக் கேட்கும் ஆற்றலும் கைவரப் பெறுவதால் அமர்ந்த இடத்தி-லிருந்தே பிரபஞ்ச ஆற்றலை கிரகித்து, நுண்ணுடல் தொடர்பு கொள்ள முடியும் என்பதை நிரூபித்தவர்கள் நம் சித்தர்கள்.

உண்மையான ஆன்மீகம் என்பது தன்னை அறிதலும் தனக்குள் நீரூபூத்த நெருப்பாக இருக்கும் இறையாற்றலை உணர்வதும், உணர்ந்ததை வெளிக்கொ-ணர்ந்து, தானும், மானுடமும், உயிரினங்களும் இயற்கையும் நம் வாழ்வின் ஒவ்-வொரு நிகழ்வுகளும் நம் சக்திக்கு அப்பாற்பட்ட ஒரு சக்தியாய் நடைபெறுகிறது என்று ஆழ்மனதில் உணர்தலும், எங்கும் எதிலும் இருக்கும் நீயே ஆன்மா என்-பதை அறிதலுமாகும்.

இதை பதஞ்சலி யோககுத்திரத்தில் - அஷ்டாங்க யோகமாக பதஞ்சலி முனி-வர் தொகுத்து எழுதிவைத்தார்.

நமது தமிழ் வேதங்கள், வடமொழி உபநிடதங்கள், இந்திய புராணங்கள் அனைத்திலும் யோகம் குறித்த செய்திகள் பரவலாக உள்ளன.

யோகம் என்ற சொல்லுக்கு நேரடியான பொருள் "ஒருங்கிணைத்தல்" என்பதே.

மனிதன் எவற்றை ஒருங்கிணைப்பது என்று கேள்வி எழும், மனிதன் என்பவன் பல கூறுகளால் உருவானவன் பருவுடல், என்பது மனம், புத்தி, சித்தம் பிராணன், உயிர்சக்தி, புலன்கள் மற்றும் ஆன்மா இவை அனைத்தும் சேர்ந்த கலவையே மனிதன். பருவுடல் என்பது நமது ஆன்மா உரையும் கூடு தனித்தியங்கும் திறன் பருவுடலுக்குக் கிடையாது. மனம், புத்தி, சித்தம், சக்தி பிராணன், புலன்கள் ஆகிய அனைத்தும் இணைந்தே பருவுடலை இயக்குகின்றன. இவை அனைத்திற்கும் சாட்சியாக இறைவன் அம்சமாக "ஆன்மா" உடலினுள்ளே உறைந்து இருக்கிறது.

சாதாரண நிலையில் புலன்களில் கட்டுப்பாடற்ற ஆரவாரத்தால் புத்தி ஊசலாடுகிறது. பிராணனின் ஒழுங்கற்ற தன்மையாகி மனம் குரங்காட்டம் போடுகிறது சித்தம் தடுமாறுகிறது.

மாயையின் கட்டுப்பாட்டால் உள்ளே இருக்கும் ஆன்மாவால் - இறைவனை உணரமுடியாது, மயக்கத்தில், இறைவனை சிக்கென பற்ற முடியாமல் தடுமாறுகிறது.

யோகம் மூலம் இவை அனைத்தையும் ஒருங்கிணைக்கலாம் அவ்வழிநடக்கும் போதெல்லாம் புத்தியும் மனமும் பண்படுகின்றன. சித்தமும் சீர்படுகிறது மற்றும் தெளிவடைகிறது.

இதன் காரணமாக இதன் அடுத்த நிலையாக, புலன்களின் ஆரவாரம் சாந்தமாகி, மாயையின் கட்டுகள் ஒவ்வொன்றாக விலகி, உள்ளே உருஅருவாக உறைந்துள்ள ஆன்மாவை-இறைவனின் அம்சத்தை உணர முடிகிறது.

இதுவே 'சுயதரிசனம்' அல்லது "ஆத்ம தரிசனம்" — ஆத்ம அனுபூதி அல்லது அந்தராத்மா அனுபோகம் என்ற பேரானந்தம் என்கின்ற நிலையை மனிதன் எய்துகின்றான்.

மனிதன் — தெய்வ நிலைக்கு உயர்கின்றான் என்றும் பிறப்பறுபட்ட திவ்யநிலைக்கு ஏதுவாகின்றான் என்றும் குறிப்பிடலாம்.

மனம், கடலில் ஏற்படும் சுழல் போன்றது மனிதனை வெகுதூரம் இழுத்துச் சென்றுவிடும். கடலை வற்றச்செய்வதும் மலையை வேருடன் பிடுங்கி எறிவதும், தீயை உண்பதும் எவ்வளவு கடினமானதோ அவ்வளவு கடினம் மனதை கட்டுப்படுத்துவதும். ஆனால் நல்லெண்ணங்களால் இதை சுலபமாகச் செய்யலாம். -இராமணத்தின் சாரம்.

'மனிதா நி மகத்தானவன்'

அருள்நிதி கல்யாணசுந்தர் . தி

7

பிறப்பு (கர்மபயன்)

நான் ஏன் இப்பூமியில் பிறந்தேன்? ஏன் இவர்களுக்கு மகனாக/ மகளாகப் பிறந்-
தேன்? நான் யார்? இறந்த பின்னர் என்ன ஆவோம்? ஏன் இறக்கின்றோம்?
இறவா நிலை எய்த முடியுமா? போன்ற எண்ணற்ற கேள்விகள் ஒவ்வொருவர் உள்-
ளத்திலும் எதோ ஓர் சமயத்தில் உதிக்கத்தான் செய்யும். இந்த எண்ணம் வரா-
தவர்களே இவ்வுலகில் மனிதனாக இருக்க முடியாது. இந்த கேள்விகளில் ஏதே-
னம் ஓர் கேள்வியாவது நம் ஒவ்வொருவருவர் மனதிலும் நிச்சயம் எழுத்திருக்கும்.
அப்படி எழுவதுதான் நாம் இன்னும் மனித மனதுடன் மனிதம் கெடாமல் இறுக்-
கின்றோம் என்பதை உறுதியாகின்றது.

ஓர் மனிதப் பிறப்பு என்பது, இயற்கை விநோதங்கள் பல நடைபெறம் இவ்-
வுலகில் இதுவும் ஓர் சாதாரண நிகழ்வு என்று எண்ணிவிட முடியாது.

கடவுளால் படைத்த அனைத்துப் படைப்புகளும் கடவுளின் கண்காணிப்பி-
லேயே இருக்கின்றன.

"நுண்ணிய நூல்பல கற்பினும் மற்றம்தன் உண்மை அறிவே மிகும்". திருக்கு-
றள் 373 'ஊழ்' என்ற அதிகாரத்தில் திருவள்ளுவர் பெருந்தகை இவ்வாறு கூறு-
கின்றார்.

இக்குறளின் கருத்துப்படி — நுட்பமான நூல்கள் பலவற்றையும் கற்றிருந்தா-
லும் அவனது விதிக்கேற்பவே அறிவு வேலை செய்யும்.

உண்மை அறிவு எங்கிருந்து வந்தது என்றால் பிறப்பால் மற்றும் பிறந்து
வளர்ந்த சூழலின் காரணமாக ஒருவன் அறிவு பெறுகிறான்.

ஆனால் அறிவுக்கு மேன்மையான ஞானம் என்ற ஓர் படிநிலை உள்ளதல்-
லவா. அந்த ஞானத்தை ஒரு மனிதன் எங்கனம் பெறுகிறான் என்பதிலேயே
அவனுடைய அமைதியான வாழ்க்கையை தேடிய பயணம் தொடர்கிறது.

ஓர் சிறந்த உதாரணம் கூறவதானால்,

கருப்பின அமெரிக்க ஜனாதிபதியாக அரியணையில் அமர்ந்த காலம் சென்ற ஆபிரகாம் லிங்கன் மிகவும் ஏழ்மையான செருப்புத் தைக்கும் தொழிலைச் செய்யும் மிகவும் சாதாரணமான குடும்பச் சூழலில் பிறந்தவர்.

கூலிவேலை, விவசாயப் பண்ணை வேலை, படகோட்டி என்று வாழ்வாதார சிக்கலில் வாழ்ந்து மளிகைக்கடையில் வேலைக்கு சேர்ந்து சிறுகச் சிறுக தன் நிலைஉணர்ந்து, இதனை வெல்வது எப்படி என்றும்; தான் பிறந்த சமூகத்தினரின் அடிமை விலங்கை அறுப்பது எப்படி என்றும்; ஓர் உயர்ந்த சிந்தனையில் தன்னை முறைப்படுத்தி அதற்கு வேண்டிய தகுதிகளை ஒவ்வொன்றாக தனது லட்சிய வாழ்க்கையில் உயர்த்திக்கொண்டவர்.

சட்டம் தெரிந்தால்தான் எதனையும் சாதிக்க முடியும் என்று தனது 35 ஆவது வயதில் சட்ட வல்லுநராகி பலமுறை அதிகாரதைத் தரும் தேர்தலில் போட்டி- யிட்டு தோற்க்கடிக்கப்பட்டு பின்னர் மீண்டும் போட்டியிட்டு உள்ளூர் தேர்வு, வெளி மாநில தேர்வு,. மாகானத்தேர்வு, என்ற அனைத்திலும் வெற்றிபெற்று நாட்டின் முதல் கருப்பின ஜனாதிபதி, முதல் குடிமகன் என்ற உயரிய இடத்தை பிடிக்க முடிந்தது. என்றால் 'ஊழ்' என்ற ஒன்று இக்குறளில் தெரிவிப்பதைப் போல் ஒரு- வனது விதிக்கேற்ப்பவே அறிவு வேலை செய்யும் என்பதை நேர்மறையாக எடுத்- துக் கொண்டால் தனது இனம் படும் அடிமைத்தன துயரைப் போக்க ஆபிரகாம் லிங்கன் தன் ஆழ்மனதில் இட்ட கட்டளை "இந்த அடிமைத் தலையை அறுத்- தெரிவேன் என்பதைப்பின்பற்றியதே ஆகும்".

ஊழ் விதியை ஒருவன் நமது சோம்பல் தனத்தின் காரணமாக தனக்கு சாத- கமாக எடுத்துக் கொள்ளவும் முடியும் அதனையே ஆபிரகாம் லிங்கன் போல உடைத்தெரிந்து தன்னையும் தான் சார்ந்த சமூகத்தையும் உயர்த்த உண்மையான ஆயுதமாகப் பயன்படுத்தி வென்றுகாட்டவும் முடியும் என்றால் அனைத்திற்கும் ஒரே காரணியாக அமைவது ஒருவனடைய பிறப்பு அல்ல அவன் எண்ணும் எண்- ணங்களும், லட்சியங்களும் தான் என்பது புலனாகிறது.

இதில் நாம் கவனிக்க வேண்டியது ஆபிரகாம் லிங்கனின் வாழ்க்கை அமை- தியானதாக இருந்ததா அல்லது அமைதி அற்று வாழ்ந்தாரா என்றால் வெளி உலகிற்கு அவர் பட்ட கஷ்டங்கள் அவர் அமைதியாக வாழ்ந்தார் என்ற சொல்ல முடியாவிட்டாலும் அவரின் ஆழ்மன அமைதி என்பது அவரிடம் இருந்திருக்கும் என்பதே என் கருத்து. ஆகவே ஒருவர் பிறப்பிற்கும் அவர்தம் அமைதிக்கும் எந்த தொடர்பையும் நாம் எற்படுத்தி விட முடியாது என்பதாகும்.

ராஜ வம்சத்தில் பிறந்து மாட மாளிகையில் வாழ்ந்த புத்தர் தனது 29 ஆம் வயதில் அனைத்தையம் மனைவி 'குழந்தை உட்பட நாடு, நகரம், மக்கள், செல்- வம்,. செல்வாக்கு, அந்தஸ்து, அதிகாரம்,இளமை என்ற அனைத்தையும் துறந்த அமைதி வேண்டி 20 ஆண்டுகளுக்கும் மேலாக காடு, மலை, வனம், வனாந்திரம்,

என பரதேசியாக அலைந்து அமைதி, அமைதி, அமைதி என்று ஆழ்மனத்தின் குரலை அடியொட்டி ஆழ்ந்த தியானத்தில் பல வருடங்கள் தவம் இருந்து ஞானம் (அ) அமைதி என்ற கனியைப் பெற்றார். உலகிற்கே ஓர் உதாரண புருஷரானார்.

காலம் சென்ற பாபா சாஹிப் அண்ணல் அம்பேத்கர் அவர்கள் தீண்டாமை என்னும் கொடிய நோயினால் பாதிக்கப்பட்டு திரும்பிய பக்கமெல்லாம் தனக்கு ஏற்பட்ட தீண்டாமைக் கொடுமைகளை எல்லாம் நேர்மறை எண்ணங்களாக மாற்-றிக் கொண்டு உழைத்து, உழைத்து ஆழ்மனதில் தனக்கு ஏற்பட்ட அனுபவங்-கள்தான் தான் சார்ந்த சமுதாயத்திற்கு ஏற்படாமல் இருக்க என்ன செய்யலாம் என்று ஆழ்மனதில் சிந்தித்ததினாலேயே உண்டான அந்த எண்ணத்தின் வலிமை, உலகின் மிகவும் நீளமான அரசியல் அமைப்பு சட்டத்தினை அவர் தலைமையி-லேயே தீட்டு தீட்டு என்று தீட்டவைத்தது. அந்த சமுதாய மக்களையும் பண்ம-டங்கு மேன்மையுரச் செய்திருக்கின்றது.

பிறப்புக்கும், பிரபஞ்சம் கொடுக்கும் ஆழ்மன-அளப்பறி சக்திக்கும் மனிதன் எந்த வகையிலும் பொறுப்பாக முடியாது. எல்லாம் படைத்தவன் செயல் என்று எண்ணவேண்டும்.

இது போன்ற எதார்த்தமான உண்மைகளை நாம் நன்கு கூர்ந்து கவனித்தல் நமக்கு மேல் உள்ள பிரபஞ்ச ஆற்றல் மனிதன் வகுத்துள்ள பிறப்பின் அடிப்படை-யிலான ஏற்றத்தாழ்வுகளுக்கு எந்த முக்கியத்துவமும் கொடுப்பதில்லை என்பதும், பிறப்பும் இறப்பும் இயற்கையிணுன் நிகழும் எகாந்த ஆற்றல் என்பதும், இதில் நமது மனிதனால் உருவாக்கப்பட்ட சம்ஸ்காரங்களும், சட்ட திட்டங்களுக்கும், உயர் ஜாதி கீழ் ஜாதி என்ற வேற்றுமைகளுக்கும் இயற்கை எந்த முக்கியத்துவத்தையும் கொடுப்பதில்லை என்பது வெட்ட வெளிச்சமாக புலணாகிறது.

பிறப்பெடுக்கும் எந்த உயிரும் அமைதி வேண்டி தான் தேர்ந்தெடுக்கும் பயணத்தை தன் ஆழ்மனதில் தெளிவாக பதியவிட்டால், பிரபஞ்சமானது அதற்கு எற்ப அவர்தம் வாழ்வை வழிநடத்தி அவர்தம் வாழ்கையின் வழித்தடத்தை அமைத்துத்தரும் என்பது மிகவும் தெளிவாக அறிய முடியகிறது.

"பிறப்பொக்கும் எல்லா உயிர்க்கும் சிறப்பொக்கம் செய் தொழில் வேற்றுமை-யான்" என்ற குறளின் கூற்றுப்படி - பிறப்பு என்பது நமக்கு இறைவன் கொடுக்கும் நிலை-அமைதி என்பது அவரவர் ஆற்றல் அற்பணிப்பு பணி, அல்லது அவரவர் செய்யும் உலகாயத செயல் விளைவுகளினால் கிடைக்கும், வாழ்க்கையின் பரிசு என்று கூட தெளிவாக கூறலாம், முடிவும் செய்யலாம்,

'மனிதா நீ மகத்தானவன்'

8
வழிபாடு (அற வழி)

'இறைவன்' யார்?

எதோ ஓர் சக்தி — இவ்வுலகம் கடந்து மேலும் உள்ள ஈரேழு பதினான்கு லோகங்களையும் கடந்து அண்ட சராசரத்தில் உள்ள அண்டங்களையும் ஆட்டு- விற்கிறது. இருப்பினும் நம் உள்ளும் — உடலுக்குள்ளும் — உறைகின்றவன் என்ற அரிய தத்துவத்தை தரும் 'கடவுள்' - இறைவன் என்ற சொல்லை உலகுக்கு பல்லாயிரம் ஆண்டுக்கு முன் உதவியளித்தனர் தமிழர்.

அவனை அடைய வழிபாடுகள் வகுக்கப்படும் முன்னர் சங்க காலம் தொட்டே 'அறநெறிகள்' வழியே சென்றால் இறைவனை எளிதே அடையலாம் என்ற கோட்- பாடு உயிர்ப்பித்திருக்கிறது.

'வழிபாடு' என்ற சொல்லுக்கு இறை காட்டிய அறவழி செல்லுதல் என்பதே பொருள் ஆகும். அறநெறி, பூவும், நீரும் கொண்டு தருமம் நெஞ்சில் பதித்து இறையை வழிபடுவது இறைவழிபாடு.

இறை என்றால் உணவு ; உடலுக்கு இறை — உணவு; ஆன்மாவுக்கு - இறை — இறைவழிபாடு, எல்லா மதங்களிலும் அன்பின் வடிவாகவே அகத்தில் உணர்ந்து இறைவனை வழிபட வேண்டுகின்றன.

வழிபாட்டிற்கு உரிய 'கடவுள் — இறைவன்' இயல்பு நிலையில் இருந்து கடந்தவர் ஆதி அந்தமுமற்றவர் அமைதியானவர், மாறுபட்டவர், சர்வ வியாபி, சர்வந்தர்மியாமி இவ்வாறாக நம் புலன் வழியாக உணர்ந்தும் உணர்த்தமுடியாத ஏதோ ஓர் மகத்துவமான ஆற்றல் நம்மை வாழ்விக்கின்றது என்பதனை நாம் உணர்ந்ததினாலேயே வழிபாடுகள் பற்பல கால சூழல்களுக்கேற்ப பழங்காலம் தொட்டு தமிழர்களின் தெய்வ வழிபாட்டியல்புகளாயின.

இது முதன் முதலில் சிந்துவெளி நாகரீகத்தில் தென்படுகின்றது. பல தெய்வ வழிபாடு மொத்த உருவெடுத்து தாய்த் தெய்வ வழிபாடு, ஊர்காவல் தெய்வ

வழிபாடு என்றாகி. குலதெய்வவழிபாடுகாளகி. சிறு தெய்வ வழிபாட்டில்; மாசி பெரியண்ணன் வழிபாடு, சுடலைமாடன், கருப்புசாமி, முனியப்பன், மதுரைவீரன் அய்யனார், இசக்கி ஆகிய தெய்வ வழிபாடுகளாகி பின்னர் சிவன், ருத்திரன், இந்திரன், திருமால், முருகன், சக்தி, திருமகள், ஆதிலக்குமி என்றாகிய பெரு தெய்வ வழிப்பாடாக பரிணமித்துள்ளது.

குலதெய்வம் வழிபாடுகள் தொல்காப்பியருக்கு முன்னேரே நில பாகுபாட்டின் அடிப்படையில் குறிஞ்சி, முல்லை, மருதம், நெய்தல், பாலை என்றிருந்த செய்-திகளை நாம் நம் சங்ககால இலக்கியங்கள் வாயிலாக அறிய முடிகிறது. 2000 ஆண்டுகளுக்கு முன்னர் திருவள்ளுவர் வாழ்ந்த காலத்தில் திருக்குறளில் இறை-வனை இப்படித்தான் வழிபட வேண்டும் என்றோ, மலர்களைக் கொண்டு வழிபடு-தலையோ, பொருள்களின் வழி வழிபடுதலையோ, செல்வங்களை அளித்து முறை-யையோ, ஒளி, ஒலி, வழிபடுதலையோ, உயிர்களைக் கொன்று வழிபடுதலையோ, நெய் குருதி ஆகியவற்றால் வேள்வி நடத்தி வழிபடுதலையோ திருக்குறளில் எங்கு குறிப்பிடவில்லை.

அவிசொரிந்து ஆயிரம் வேட்டலின் ஒன்றன்
உயிர்செகுத்து உண்ணாமை நன்று. (குறள் 259)
நன்றி. அருள்திரு திருக்குறள் தூதர் ம.சக்கரவர்த்தி
உலகத் திருக்குறள் மையம், சென்னை
திருவள்ளுவரின் கடவுள் வழிபாட்டு கோட்பாடு (கட்டுரை)
திருவள்ளுவர் இறைவனை எல்லா சமயத்தினரும் பின்பற்றும் நெறிகளை பொதுமையாக்கி இறைவனை பொதுமையாக்கி உரைத்துள்ளார்.

நற்றாள் தொழு (குறள் 02)
மாண்டி சேர் (குறள் 03)
அடி சேர் (குறள் 04)
பொருள்சேர் புகழ்புரி (குறள் 05)
பொய்தீர் ஒழுக்க் நெறி (குறள் 06)
தாள் சேர் (குறள் 07,08)
தாளை வணங்கு (குறள் 09)
இறைவன் அடிசேர் (குறள் 10)

திருவள்ளுவர் வழிபாடு கோட்பாடு எது என்று நோக்கினால் மலர், பொருள், ஒளி, ஒலி, பால், நெய், குருதி போன்ற பொருள்களின் வழியாக கடவுளை வணங்குதல் வழிபாடு அன்று. கடவுளின் வழிநிற்றலே சிறப்பு தரும் என்பதனை பல குறட்பாக்களின் வாயிலாக அறியலாம்.

திருவள்ளுவர் காட்டும் இறைவன் வழிபாட்டுக் கோட்பாடான 8 பண்புகளை உள்ளடக்கியதாவது.

உறைவுப்பண்பு, அறிவுப்பண்பு, மென்மைப்பண்பு, விருப்பப்பண்பு, சமநிலைப்-
பண்பு, அடக்கப்பண்பு, தலைமைப்பண்பு, அருள்பண்பு இவ்வெட்டு பண்புகளையும்
பின்பற்றி நடப்பவர் பிறவியாகிற பெருங்கடலை நீந்திக் கடக்க முடியும். இறை-
வனின் பண்புகளை பின்பற்றாதவன் பிறவிக் கடலை கடக்க முடியாது.

இறைவனின் எண் குணங்களின் வழி நின்றால் மனித இனம் மனக்கவலை,
இன்பம், துன்பம், பொருள் அவா அற்று, நீண்ட காலம் புகழுடன் தெய்வ நிலை-
யில் வாழ்வர் என்கிறார் திருவள்ளுவர்.

தொடக்க காலம் முதல் தொன்று தொட்டு உயிர்ப்புச் சக்தியை வழிபட்ட மனித
மனித இனம் நாளடைவில் தம் வாழ்க்கை வசதிக்கேற்ப அவ்வுயிர்ப்புச் சக்தியின்
கூறுகளைப் பல்வேறு சக்திகளாகப் பிரிந்து உலகில் திகழும் அனைத்து இயக்கங்க-
ளுக்கும் சக்தியே மூல ஆதாரம் என்ற அடிப்படையில் வழிபாட்டில் மாரிவழிபாடு,
இயற்கை வழிபாடு. நவராத்திரி வழிபாடு, பிரதோஷ வழிபாடு, சிவ வழிபாடு,
உற்சவ வழிபாடு, கணேஷ் வழிபாடு, திருக்கல்யாண உற்சவ வழிபாடு, கிருஷ்-
ணராதா வழிபாடு என விரிவடையலாயின என்பதனை நாம் அன்றாட வாழ்வில்
பார்க்க முடிகிறது.

இப்படியாக பரிமாணம வளர்ச்சி அடைந்த பன்னெடுங்கால வழிபாட்டு முறை-
கள் சமீபகால அரசின் ஆதரவுடன் அரசர்கள் சமய பற்றாளர்களாக பராமரிக்க
விவசாயம் விவசாயம் அல்லாத நிலங்கள் மிகப்பெரிய அளவில் காணிக்கை ஆக்-
கப்பட்டு பராமரிக்கப்பட்டு வந்தது.

இவையோ பிற்காலத்தில் சுயநலமிக்க மனித இனத்தினரால் பல விதமான
சுரண்டல்களுக்கும், ஏமாற்றுதலுக்கும் உட்பட்டு இறைவழிபாடு மதத்தின் அடிப்ப-
டையில் ஜாதிய / வர்ணாசிரம அடிப்படையில் பாழ்பட்டு கீழைமைக்கு வித்திடவும்
செய்கின்றது என்பதனை சமீபகாலமாக நாம் பல இடங்களில் நடக்கும் நிகழ்வுக-
ளின் வாயிலாக பார்க்க முடிகிறது.

இதன் காரணமாகவே கடவுள் மறுப்பு

சித்தாந்தங்களும், பகுத்தறிவு கோட்பாடுகளும் விரிவாக நம்மிடையே பரவி
வருகின்றன. இது நமது சமுதாயத்தில் உள்ள துர்பாக்கிய நிலையை பறைசாற்றுவ-
தாக இருந்தாலும், இதில் இருந்து மீட்சி பெறவும் பல வழிகளை இயற்கை உண்-
டாக்கிக் கொண்டுள்ளது. எப்படி எனில், தீண்டாமை ஒழிப்பு சட்டங்கள் மூலமா-
கவும், ஆண்டவன் கோயிலில் அனைவரும் சமம் போன்ற புதுயுகச் சிந்தனைகள்
நம்மிடையே பல மாற்றங்களை ஏற்படுத்தி வருகின்றன. என்பது ஓர் ஆறுதலான
விசயமாகிறது.

இவ்வாறான சூழ்நிலையில் நாம் அமைதி வேண்டி கோவிலுக்கு செல்லும்
பொழுது இதை ஓர் சம்பிரதாயமாகத்தான் செய்ய தோன்றும். "ஆலயம் தொழுவது
சாலவும் நன்று" என்ற பழமொழி இக்காலத்திற்கும் பொருந்தும். காரணம் பல

ஆகம விதி முறைகளின்படி நமது ஆலயங்கள் அமைக்கப்படுகின்றன அது போலவே மசூதிகளும், கிறிஸ்துவ தேவாலயங்கள் மற்றும் சீக்கிய குரு துவாரகர்கள் மேலும் ஒவ்வொரு பிரார்த்தனை இடங்களும் நமக்கு முன்னர் வாழ்ந்த உயரிய சித்தர். ஞானியர் அல்லது சக்தி கொண்ட ஆன்மாக்களின் புனித உடல் அடக்கம் செய்யப்பட்டு அதன் மேல் வழிபாட்டுத் தலங்கள் எழுப்பப்பட்டுள்ளன. அவ்வகையில் அந்த ஆத்மாக்களின் அருவ சக்தி அங்கு குடி கொண்டுள்ளதாக வழிபாட்டுத்தலங்கள் இன்றும் புனிதமான ஸ்தலமாக மக்களிடையே நம்பப்பட்டு அதுவே உண்மையாகவும் மதிக்கப்படுகிறது.

ஆகவே வழிபாடு வழிபாட்டுத் தலங்களில் தவிர அவரவர் மதக் கோட்பாட்டின் அடிப்படையில் பண்டிகை, நோன்பு, விழா போன்ற சமயங்களில் அவரவர் வீட்டில் அனுஷ்டிக்கப்படும். பூஜை, யாகம், பாராயணம், ஜபம் ஓதுதல் போன்ற முறைகளின் பயனாக நாம் நமது வீட்டில் ஓர் தெய்வீக சூழலை ஏற்படுத்த முனைகிறோம். அந்தத் தருணங்களில் நமது மனநிலை ஓர் அமைதி அடைகிறது என்பதும் அதன் காரணமாக தானங்கள் தர்மங்கள், உணர்வுபூர்வமான உள்ள பரிமாற்றங்கள் நம் மக்களிடையே ஏற்படுகிறது என்பது உண்மை.

எப்படி இருப்பினும் வழிபாட்டு முறைகளில் நாம் லயித்து மனதையும், மனிதத்தையும் வளர்க்க வழிபாடு அவசியமாகின்றது.

மனத்தூய்மை, செய்வினை தூய்மை இரண்டும்

இனந்தூய்மை தூவா வரும் – என்கிறார் வள்ளுவப் பெருந்தகை.

மனதின் தூய்மை, செயலின் தூய்மை ஆகிய இரண்டினாலும், மனித இனத்தின் தூய்மைக்குத் தூய்மையானதைக் கொண்டு வர வேண்டும் என்பதே நம்முடைய பாரம்பரிய இறைக் கலாச்சாரமாகும்.

வழிபாடு என்பது நம்மை நாம் வழி நடத்த முன்னோர்கள் செய்த வழித்தடங்களை அன்றி வாழ்க்கையின் அனைத்தும் தீர்வுகள் அங்கு செய்யும் பூஜை புனஸ்காரங்களினால் கிடைக்கும் என்று பேதமையிலும், பேதமை.

" மனமது செம்மையானால் மந்திரம் தேவையில்லை" உணர்வு பூர்வமான உண்மை அனைவரும் இதை முயன்றால் உணரமுடியும்.

" மனிதா நீ மகத்தானவன்"

9

பயிற்சி (கர்ம யோகம்)

அமைதி என்று ஆழ்மனதில் அமைதியாக உச்சரித்த வண்ணம் நாம் ஒவ்வொரு நாளையும் கடக்க வேண்டும். நாம் 24 மணி நேரத்தில் 21,600 முறை சாதா-ரணமாக சுவாசிப்பதாக மருத்துவ உலகம் தெரிவிக்கின்றன. அப்படி இருக்கும்-போது நாம் ஆழ்மனதிற்கு ஏதுவாக அன்பு பிரார்த்தனையாக அமைதியாக தான் வாழ வேண்டுமென்று எப்போதெல்லாம் தோன்றுகிறதோ அப்போதெல்லாம் மனதில் ஜபித்தல் என்று சொல்வார்களே அதை செய்ய வேண்டும். நமது ஆழ் மனம் ஆன்மாவின் புனித ஆற்றல் படைத்தது. நாம் எதைச் செய்ய மனதால் எண்-ணுகிறோமோ அதையே அறிவிக்கிறது. பின்னர் அதனையே அலசி ஆராய்ந்து செயல்படுத்தும் முயற்சியில் நமது சிந்தனை, நமது சித்தம் முனைப்படுகிறது. அதனை ஆழ்மனம் உறுதியாக மாற்றும் பொழுது நமது செயல் வேகத்திற்கு நமது உடல் புலன்கள் துரிதமாக செயல்படத் துவங்கும். அப்படி நமது ஆழ்மனதில் இது போன்ற நேர்மறை எண்ணங்களை தொடர்ந்து தூவும் பொழுது இப்பிரபஞ்சம் இது தொடர்பான சூழ்நிலைகளையும், சந்தர்ப்பங்களையும் உருவாக்கும் இதன் ரகசியம்-தான் தெய்வ ரகசியம், காரணம் இது எப்படி நடக்கிறது என்று யாராலும் சொற்-களால் வடிக்க இயலாது.

எனது தனிப்பட்ட அனுபவத்தில் எனக்கு ஏற்பட்ட வாழ்க்கை அனுபவத்தில் இது ஒவ்வொரு நிலையிலும் நடந்து கொண்டுள்ளது. இப்பொழுதும் நடக்கிறது. இந்த புத்தகம் எழுத உத்வேகமானதும் பல ஆண்டுகளாக எனக்குள் இருந்த அமைதித் தேடலின் முடிவே. மனித மனதின் இயல்பு என்பது நாம் எதைப்பற்றி நினைத்தாலும் அல்லது யாரிடமாவது பேசிக்கொண்டு பொழுதைக் கழிக்கவோ அல்லது ஓர் உரையாடலைக் கேட்டுக் கொண்டிருந்தாலே நமக்கு உள்ளே உள்ள ஆழ் மனதில் எப்பொழுதும் ஒரு உரையாடல் நமது மூளைக்கு சென்ற வண்-ணம் இருக்கும். இது அனைவருக்கும் தெரியும் இது நல்ல நேர்மறை உரையா-

டலாக இருக்கும் பட்சத்தில் நாம் கவனிக்கத் தேவையில்லை. அதுவே எதிர்மறை எண்ணமான கோபம், பொறாமை, வஞ்சம், பேராசை, குரோதம், காமம், சூது, நயவஞ்சகம் போன்ற எதிர்மறை சாயலில் அந்த உரையாடல் துவங்கும்போது நமது உள்ளத்தில் தோன்றும் போது, மனமே! "இந்த எண்ணத்தை நீக்கு" "இந்த எண்-ணத்தை நீக்கு" என்று விழிப்புணர்வோடு இரண்டு அல்லது மூன்று முறை எண்-ணத்தை விதைத்து, அந்த எதிர்மறை எண்ணங்களும் பதிலாக அந்த மனிதரைப் பற்றிய இடம், பெயர், பதவி, நிகழ்ச்சி, நல்ல எண்ணங்கள் போன்றவற்றை பற்றிய உடன்பாட்டு எண்ணங்களே நமது உள்ளத்தில் தொடர்ந்து செலுத்த வேண்டுமென "ஜோஸ் ஸில்வா" என்ற தனிமனித மேம்பாட்டறிஞர் கூறுகிறார்.

நாம் ஒவ்வொருவரும் ஒரு நாளில் எவ்வளவு எதிர்மறை வார்த்தைகள் ஆலோசனைகளை கேட்கிறோம் அல்லது பேசுகிறோம் என்பதை கவனித்து அதனை நாம் நம் ஆழ்மனதில் நேர்மறை எண்ணங்களினால் துடைத்தெறியப் பழகினால் அமைதி என்பதுடன் இயல்பாக நாம் குழந்தைப் பருவத்தில் அனுப-வித்து "ஆனந்தம்" என்ற இரட்டிப்பான மனநிலையை பெற முடியும்.

இப்பொழுது அமைதி என்ற நிலையிலிருந்து ஆனந்தம் என்ற நிலைக்கு நமது ஆழ்மனதை பக்குவப்படுத்தி விட்டதினால் பேரானந்தம் என்ற வாழ்க்கையின் உன்னத நிலைக்கு நம்மை நாம் உயர்த்திக் கொள்வது மிகவும் எளிமையானதும், சாத்தியமானதும் ஆகும்.

ஆனால் இதனை எழுதுவதும், போதிப்பதும், படிப்பதும் மிகவும் இலகுவாக தெரிந்தாலும் வாழ்க்கை என்னும் போராட்டத்தில் ஒவ்வொரு நொடிப் பொழுதிலும் கடைபிடிக்க நமக்கு மிகவும் முக்கியமான ஓர் உறுதி வேண்டும்.

அதுதான் "வைராக்கியம்" இந்த வைராக்கியம் அல்லது தவம் / தியானம் என்ற பற்பல வார்த்தைகளைக் கொண்டு குறிப்பிட்டாலும் அதன் அடிச்சுவடி நமது ஆழ்மனதில் நாம் ஏற்படுத்தும் "வைராக்கியம்" தான். எந்த பாதகமான சூழ்நிலை-யிலும் நாம் நம்மை அமைதியற்று செயல்புரியாமல் அரவணைக்கும் ஓர் தற்காப்பு கேடயம்.

இந்த பயிற்சி முறைக்கு நாம் நம்மை காலை எழுந்த தருணத்திலிருந்து நம் ஆழ்மனதை நன்கு கவனித்து நல்ல நல்லெண்ணப் பிரார்த்தனை செய்ய முற்-படவேண்டும் அவரவர் சொந்த விருப்பத்தில் இதனை செய்யலாம். என்னுடைய சிறிய உதாரணமாக இதனை குறிப்பிடுகிறேன்.

ஓம் சாந்தி, சாந்தி, சாந்தி என்று 3, 5, 9, 12 முறை கூறுங்கள் அல்லது
அஸதோமா ஸத்கமய தமஸோம ஜ்யோதிர்க மய
ம்ருத்யோர்மா அமிர்தம் கமய. ஓம் சாந்தி, சாந்தி, சாந்தி

● "பிருஹதாரேண்யக உபநிஷடம்"

பொருள் : பொய்மையிலிருந்து உண்மைக்கு என்னை அழைத்துச் செல்க. அஞ்ஞான இருளிலிருந்து ஒளிக்கு என்னை அழைத்துச் செல்க. மரணத்திலிருந்து மரணமில்லாப் பெருவாழ்வுக்கு என்னை அழைத்துச் செல்க. இதன் பொருளை அனைவரும் எளிதில் புரிந்து கொள்ளலாம்.

என்ஜான் உடம்பிற்கு சிரசே பிராதனம் என்பார்கள். புத்தி, சித்தம், மனம் இவைகளின் கூட்டு இயக்கத்தால் எண்ணம் எழுந்த வண்ணம் நம் மூளையில் உதயமாகிறது. ஆகவே மனதை அமைதிப்படுத்தும் சிறு முயற்சியில் இறங்கினா- லும் நம் சித்தம், புத்தி, அறிவு நமக்கு உதவ தயாராக இருக்கிறது என்பதை நீங்கள் ஆழ்மனதில் செல்லச் செல்ல தெளிவடைவீர்கள்.

நாம் மனதை இயல்பான முறையில் அமைதியாக பழக்குகிறோம் என்பதை ஞாபகத்தில் வைத்துக் கொள்ளலாம். தன்னை உருவாக்குபவனும், சிதைப்பவனும் நானே என ஜேம்ஸ் ஆலன் கூறுகிறார். வெற்றியின் விதிகள் என்ற புத்தகத்தை எழுதிய நெப்போலியன் ஹில் எண்ணம் தரும் வளமை என்று மிக சுருக்கமாக விதிகளை அழுத்தி வெளியிட்டுள்ளார் எனவேதான் "என் மனம் ஒரு லட்சி- யத்தை உருவாக்க முடிந்தால், இதயம் அதை பற்றிய நம்பிக்கையில் தளராதி- ருந்தால் என்னால் அதை நிறைவேற்ற முடியும் என நான் அறிவேன் என்றார் ஜெஸ்ஸே ஜாக்ஸன்.

பயிற்சியினால் செய்ய இயலாது ஒன்றுமேயில்லை. பயிற்சியால் எட்ட முடியாது எதுவுமேயில்லை.

தீய ஒழுக்கங்களை நல்லொழுக்கங்களாக

மாற்ற வல்லவை பயிற்சிகள்

தவறான கொள்கைகளை சரியானவையாக

மாற்ற வல்லவைகள் பயிற்சிகள்

மனிதர்களை தேவர்களாக உயர்த்த கூடியவையும் இப்பயிற்சிகளே.

- மார்க் ட்வைன்

உங்கள் மந்திர வார்த்தைகளை, தியானத்திலோ, வீட்டிலோ, வெளியிலோ திரும்பத் திரும்ப சொல்லிக் கொண்டே இருக்க வேண்டும். பழைய உணர்வுகளான கோபம், குற்ற மனப்பான்மை, மகிழ்ச்சியின்மை, மனம்புண்படுதல், பொறுமை- யின்மை, தாழ்வு மனப்பான்மை, நம்பிக்கையின்மை, அதைரியம் போன்றவை தலைதூக்கும் போது மீண்டும், மீண்டும் வாழ்வு, தரும் வார்த்தைகளைத் திரும்பத் திரும்ப என்றும் திரும்ப திரும்பச் சொல்லுங்கள். இதனால் அறிவுமனம், ஆழ்மனம் இரண்டிற்கும் நீங்கள் பயிற்சி அளிக்கிறீர்கள்

...நெல்சன் பாஸ்வெல்.

"மனிதா நீ மகத்தானவன்"

10

முயற்சி (ஆன்மீக குரு)

ஆத்ம அமைதியை நோக்கிய முயற்சி என்பது ஒரிரு நாட்களோ மாதங்களிலோ கிடைக்கக் கூடியது அல்ல. தொடர் முயற்சியுடன் மானசீக குருவோ, அல்லது சகுணப் பிரம்மமான ஓர் குரு வழிபாட்டின் மூலமாகவே அவசியமாகிறது.

நிர்குணம் உருவமற்றது. சகுணம் உருவமுள்ளது. ஸ்ரீமத் கீதையில் (ஆத்தியா-யம்-12) குறிப்பிடுவதைப் போன்று சகுணபிரம்ம வழிபாடு எளிதானதும், ஆரம்ப காலத்திற்கு உகந்ததுமாகும்.

மனிதனுக்கும் உருவம் இருப்பது போன்று உருவத்துடன் கூடிய கடவுளை வழி-படுவது அவனுக்கு இயற்கையானதும் எளிமையானதுமாகும். சகுணப் பிரம்மத்தை சில குறிப்பிட்ட காலக்கூறுவரை வணங்கினாலன்றி நமது அன்பும், பக்தியும், அபி-விருத்தியுறாது.

நாம் மனதளவில் பக்தியால் அல்லது தியானத்தால் அல்லது புரிதலில் முன்-னேறும் போது அது நம்மை நிர்குணப் பிரம்மத்தை வழிபட (தியானிக்க) இட்டுச் செல்கிறது.

உருவச்சிலை, லிங்கம், யாக குண்டம், தீ, ஒளி, சூரியன், நீர், பிரம்மம் ஆகிய ஏழும் வழிபாட்டுக்குரியவை. எனினும், சத்குருவே இவை எல்லாவற்றைக் காட்டி-லும் உயர்ந்தவர்.

குரு உருவம் உள்ளவராகத் தோன்றினாலும் உண்மையில் குருவானவர் உரு-வமற்றவராகவும் உணர்ச்சி வேகமற்றவராகவும், பற்றற்றவராகவும், அந்தரங்கமாய் சுதந்திரமானவராகவும், புண்ணிய புருஷர்களாகவும் (ஆத்மாக்கள்) வாழ்ந்ததுகொண்டு எப்படி கங்கை நதி கடலுக்குச் செல்லும் வழியில் உஷ்ணத்தால் பாதிக்-கப்பட்ட ஜீவராசிகளுக்கு குளிர்ச்சியளித்து, புதுக்கிளர்ச்சியூட்டி பயிர்களுக்கும், மரம், செடி, கொடிகளுக்கும், உயிரையளித்து பலரின் தாகத்தையும் தணிக்கின்-றதோ அது போலவே பரபிரம்மம் பரமானந்த குருக்கள் ஸ்ரீகிருஷ்ண பரமாத்மா

உரைத்தது போல், "ஞானி எனது ஆன்மா. என் வாழும் உருவம், நான் அவரே, அவரே எனது தூய வடிவம்" என்கின்றார்.

குருக்களில் இரண்டு விதமான குருக்கள் இருக்கின்றார்கள்

1. நியத் (நியமிக்கப்பட்டவர், குறிக்கப்பட்டவர்)
2. அநியத் (நியமிக்கப்படாதவர்கள், பொதுவானவர்)

பின்னவர்கள் தங்கள் உபதேசங்களால் நம்மிடத்தில் உள்ள நற்பண்புகளை அபிவிருத்தி செய்கின்றனர். நமது இதயத்தைக் தூய்மைப்படுத்துகின்றனர்.

நம்மை அமைதியை துரிதப்படுத்தி ஆனந்தத்தை ஒரு நிரந்தர பொக்கிஷ-மாக்கி நம்மை பேரானந்த வீடு போன்றதை அடையும் பாதையில் செல்லத்துண்டு-கின்றன. இதற்கு மாறுபாடாக குறுக்களோ நமது தனி இயல்பை (பேத உணர்வை) அழித்து 'நீயே அது' என்று உணரச் செய்து, நம்மை ஏகத்வத்தில் ஸ்தாபிக்கின்-றனர். பல்வேறு வகையான உலக ஞானத்தை அளிக்கும் பலதிறத்தான குருக்கள் இருக்கின்றனர். ஆனால் நம்மை நமது இயற்கையில் (ஆத்மாவில்) நிலைப்படுத்தி உலக வாழ்வெனும் சாகரத்துக்கு அப்பால் நம்மை சுமந்து செல்பவரே சத்குரு எனப்படுவார்.

ஒவ்வொரு குறிப்பிட்ட காலகட்டத்திலும் இயற்கை நம்மில் சத்குருக்களை தோற்றுவிக்கின்றது. சத்குருக்களின் உன்னதமானவர்கள் தமது அடியவர்களுக்காக சுவாச நியமத்தையோ, அல்லது எத்தகைய வழிபாட்டு முறையையோ, அவர்கள் வகுத்துரைப்பத்தில்லை. அல்லது எவ்வித மந்திரங்களையும் எவர் காதிலும் ஓது-வதில்லை. எல்லாவித புத்திசாலித்தனத்தையும் விட்டொழித்துவிட்டு எப்பொழுதும் அவர்களையே மனதால் சிந்தித்துணர்ந்தது, ஞாபகமூட்டிக் கொண்டு வழிநடத்திக் கொண்டும் உலக கட்டுகளான பந்த பாச பிறவியிலிருந்து விடுபட்டு விடுதலை அடைவீர்கள் என்று உணர்த்தவண்ணம் வழிகாட்டுவார்கள்.

இப்படி வாழ்ந்த சத்குருக்கள் மிகச்சிலரே, புத்தர், மகாவீரர், முனிவர் ராம-தாஸ்(1608-1681), ஷீர்டியில் அவதரித்த சாய்பாபா(1838-1918) , ரமண மகரிஷ போன்றோர் மட்டுமே

உதாரணத்திற்கு ஷீர்டி சாய்பாபா உபதேசித்த "கடவுள் உங்களைக் காப்பாற்-றுவார், யோகா, தியாகம், தவம், ஞானம், என்பன கடவுளையறியும் நெறிகள், இந்த வழிகளில் ஏதேனும் ஒன்றன் மூலம் நீங்கள் இதில் வெற்றி பெற இயலா-விடில், உங்கள் பிறப்பு வீணேயாகும். யாரேனும் ஏதாவது தீமையை உங்களுக்குச் செய்வரேயானால், அதற்காக பழிக்குப்பழி வாங்காதீர்கள் நீங்கள் ஏதேனும் செய்ய இயலுமானால் பிறருக்கு சிறிது நன்மையைச் செய்வீராக!

இது அனைவருக்கும் லௌகிக, ஆன்மீக விஷயங்கள் இரண்டிலுமே நலம் பார்ப்பதாகும். அவர் மேலும் கூறுகிறார். " நான் அடிமைகளுள் அடிமை, உங்களுக்குக் கடன்பட்டவன், உங்களது தரிசினத்திலேயே திருப்தியடைகிறேன். தங்களது திருவடிகளைத் தரிசிக்கும் பெரும் பாக்கியம் பெற்றேன். நான் தங்களது மாலத்திலுள்ள ஒரு புழு, அங்ஙனமாகவே என்னை நான் ஆசிர்வதிக்கப்பட்ட-வனாகக் கருதுகிறேன்."

எத்தகைய பணிவுடைமை !

இப்படிப்பட்ட சத்குருக்களை நாம் தேடித்தேடி அலைந்து பெற்றோம் என்றால் அது நாம் செய்த அருந்தவப் பயன் என்றே சொல்லலாம். இவர்களை நாமஸ்-மரணம், வழிபாடு அல்லது பக்தி, தொண்டு போன்ற சாதனைகள் உங்களிடம் இல்லையாயினும், ஞானிகளிடம் உங்கள் முழு இதயத்தோடு சரணாகதியடைவீர்-களானல் இவ்வுலக வாழ்வெனும், பெருங்கடலுக்கு அப்பால் அவர்கள் நம்மை பத்திரமாக இட்டுச் செல்வார்கள்.

இவ்வுலகை பெருமையாய்க் கருதி சதாசர்வ காலமும் பரமானத்திலேயே எப்-பொழுதும் திளைத்துக் கொண்டிருக்கும் சத்குரு முன்னால் நாம் சரணாகதியாக வீழ்ந்து வணங்குவோம். இது பக்திமய சேவை செய்வதன் பல்வேறு விதங்களாகும். (உம்) நமது பண்டைய கால புராணங்கள், இதிகாசங்கள், மற்றும் ஆன்மீக குறிப்-புகளில் பூரணத்துவத்தை அடைந்த சிறந்த மன்னர்களும் ஞானிகளும் சரித்திரத்-தில் உண்டு,

சக்கரவர்த்தி பரிஷித் தகுதிவாய்ந்தவரான சுகதேவ கோஸ்வாமியிடம், கேட்ப-தன் மூலமாகவே ஆன்மீக நிலையடைந்தார்.

சுகதேவ கோஸ்வாமி அதே நிலையை, தனது தந்தையான வியாசதேவரிடம், கேட்டறிந்து உன்னத விஷயத்தைச் சொல்வதன் மூலமாகவே பேரானந்த உலகை அடைந்தார்.

மிகச் சிறந்த அறிஞரும், பக்தருமான நாரத முனிவர் சொற்படி, பிரபுவை நினைப்பதன் மூலமாகவே ஆன்மீக வெற்றி அடைந்தார் சக்கரவர்த்தி பிரகலாதர்.

தெய்வத்திருமகளான லட்சுமி, திருமாலின் காலடியில் அமர்ந்து அவருக்கு பாத சேவை செய்பதாலேயே வெற்றி கண்டாள்.

ரத சாரதியான அக்ரூரர் ' பிரார்த்தனை' செய்வதன் மூலம் வெற்றி பெற்றார் — பரமபதம் பரபிரம்ம அயிக்கியமானார்.

மஹாவீரனான ஹனுமன் ஸ்ரீ ராமச்சந்திர பிரபுவின் வானரபக்தன் — அவரது கட்டளைகளை நிறைவேற்றுவதன் மூலம் பேரின்பம் என்னும் பெரும் பேற்றை பெற்றார்.

தன்னையும், பிற பக்தரையும் அறிவூட்ட பகவத்கீதை உபதேசம் செய்த பிர-புவுடன் 'நட்புக் கொண்டதன்' மூலமே பரமபத வெற்றி பெற்றார் வில் விஜயன்

அர்ஜூனன்.

எல்லாவற்றையும், உடலைக்கூட 'சமர்ப்பணம்' செய்ததால் பரபிரம்ம ஐக்கிய-மானன் சக்ரவர்த்தி பலி.

உயிர் போகும் தருவாயிலும் யாசித்த பிராமணனுக்கும் கொடை / தான புண்-ணியம் அனைத்தையும் கொடுத்து பரப்பிரம்ம உலகு எய்தினான் கர்ணன்.

நமது புலன்கள் ஜடமானவையாதலின்வழி உண்ணத்தை உணர்தல் முடியவே முடியாது. எனவே ஆன்மீகக் குருவின் வழிகாட்டுதலின்படி ஆன்மீகபடுத்தவேண்-டும். அப்பொழுது ஆன்மிக சூழ்நிலையில் வாழ கற்றுக்கொள்ள வேண்டும்.

அமைதி வேண்டி தனது பராமரிப்புக்கு வேண்டிய அளவு செல்வத்துடன் ஒரு-வன் திருப்தி அடைய வேண்டியது முதல்படி நிலை.

இன்று உள்ள உலகச் சூழலில் அமைதியாக வாழ பழ வழிகளை நாம் முயற்-சிப்பதில்லை என்றே கூற முடியும்.

இன்று மின்சாரம் கண்டுபிடித்து 125 ஆண்டுகள் ஆகின்றன. இதற்கு முன்னர் வாழ்ந்த வாழ்க்கையை சற்று ஒப்பிட்டு பார்த்தால் நாம் எவ்வளவு சுகமான வாழ்க்-கையை அமைத்துக் கொள்ள ஏதுவான சூழ்நிலையில் வாழ்கிறோம் என்பது புலப்-படும்.

100 ஆண்டுகளுக்கு முன்னர் தொலைபேசி கண்டுபிடிக்கவில்லை. ஒரு இடத்-திலிருந்து மற்றொரு இடத்திற்கு தகவல் செல்ல பல நாட்கள் ஏன் பல மாதங்கள் கூடி ஆகும் என்ற நிலை.

இந்தியாவில் சென்னை மாகாணத்தில் 1940 ஆம் வருடங்களில் ஓடிக்கொண்-டிருந்த கார்களின் எண்ணிக்கை வெறும் 40. இன்று இந்தியாவில் வீட்டுக்கு ஒரு கார்: வேண்டுமென்றால் (செல்பேசியன் தொடர்பு) உடனே வந்து நம்மை கூட்டிச் செல்லும். (ஓலா)

1920களில் ஊமை திரைப்படங்களே வெளி வந்தன. 1928 ஆம் ஆண்டு முதல் பேசும் படங்கள் வந்தன.

நமது உலக அழகையெல்லாம், பிரம்மாண்டத்தை எல்லாம், அழகிய வண்-ணத்திரையில் கண்டு மகிழலாம்.

மனம் இசைக்கு அடிமை. இறைவனே இசைக்கு இசைபவன். இன்று இசை என்பது 1000 மேற்பட்ட தொலைக்காட்சி ஒளிபரப்பு நிலையங்கள் 24X7X365 நாட்களும் ஒளிபரப்பிக் கொண்டுள்ளன. ஆன்மீக இசை, வேதபாராயணம், கர்-நாடக சங்கீதம், கிராமிய இசை, மேற்கத்திய இசை, ஹிப்ஹாப் திரைப்படங்கள், வேற்று மொழிப்படங்கள் உலகம் முழுவதுமுள்ள பல்வேறு மொழிப்பாடல்கள், கலைகள், கலாச்சாரங்கள், பண்பாடுகள், நாகரீகங்கள், விளையாட்டு, வீரதீரச் செயல்கள் சொல்லிக் கொண்டே போகலாம்.

இவ்வளவும் இருந்தும் மனம் நயமாக மகிழ்ச்சியாக அமைதியாக வாழ வழி செய்து கொள்ளவில்லை என்றால் அதற்கு யார் காரணம் என்று நாம் தான் யோசிக்க வேண்டும்.

எல்லாம் இருக்கின்றது ஆனால் அமைதியைத் தேடி ஓடிக்கொண்டே இருக்கத் தேவையில்லை

மனம் நமது கட்டளைக்குள் இருக்கும் வரை

மனம் நமது எண்ணங்களுக்கு செவிசாய்க்கும் வரை

மனம் தெளிவு உள்ளவரை

மனம் நமது அறிவின் சொற்படி கேட்கும் வரை

மனம் நமது புலன் செல்லாதவரை

மனம் நமது ஆசை வழி செல்லாதவரை

மனம் நமது இச்சை வழி செல்லாதவரை

மனம் நமது உணர்ச்சி வழி செல்லாதவரை

மனம் நமது பேராசை வழி செல்லாதவரை

மனம் நமது சித்தத்தில் ஒடுங்கும் வரை

மணல் நமது சிந்தனையை சிதைக்காதவரை

மனம் நமது சொல்லுக்கு கட்டுப்படாதவரை

மனம் அமைதி என்ற அருமருந்தை அமைக்காதவரை

மனம் அமைதியை தேடி வண்ணமே இருக்கும்

மனம் அமைதியை வேண்டிய மனம் நிர்மலமாக சிந்திக்கத் தொடங்கினால் நமது தேவை, இலட்சியம் வரையறுக்கப்பட்ட அமைதி, என்பது சாத்தியம், சாத்-தியம், சாத்தியமே .

ஓம் சாந்தி, சாந்தி , சாந்தி...

'மனிதா நீ மகத்தானவன்'

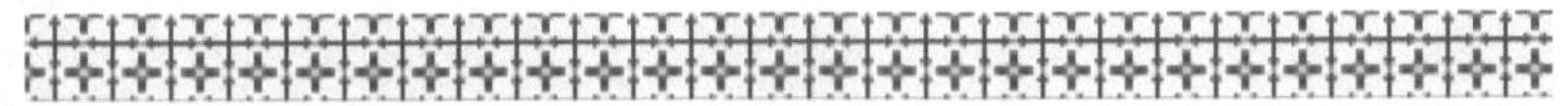

11

ஆக்கம் (ஞான யோகம்)

சித்தி பெற்ற ஆன்மாக்கள் ஸ்தூப உடலை நீத்து பரு உடலை சுற்றிப் படர்ந்துள்ள நுண்ணுடலை வசப்படுத்தி சாயாபுருசனாக்கி (நிழல் உடல்) வான் மார்க்கமாக உலகையும், பேரண்டங்களையும், வலம் வந்துள்ளனர். உலகிலுள்ள நாடுகளுக்கு சாயாபுருட உடலுடன் சென்று தங்களின் சாகச கல்வியை மானுடன் மேம்பட போதித்தார்கள்.

மனம் அமைதி பெறும்போது, பிரபஞ்ச ஆற்றல் மனிதனிடம் குவிகிறது. முறையான ஒரு நிலைப்பாட்டால் மனிதன் சிகரமான உயர்வடையும் என்றால் தியானம், யோகக்கலை, முத்திரை, வாசியோகம் (மூச்சை அடக்கி தியானித்தல்) நெற்றிப்பொட்டு மனக்குவியல் (மூன்றாம் கண்) சகஸ்ரதலையம் (உடம்பின் அனைத்து நாடிகளையும் லயப்படுத்தும் கலை) போன்றவைகளை சித்தர்களின் வாயிலாக புரிந்து தெறிவு பெறும்போது மனிதன் மகத்தான இறையாற்றலின் ஈர்ப்பு நிலையமாக ஆக்கப்படுகிறான்.

இதன் காரணமாக உடம்பினுள் இருக்கும் கோடான கோடி பற்பல வகையான செல்கள் அனைத்தும் திடப்பட்டு, வலுப்பெற்று ஒவ்வொரு செல்லணுக்களிலும் நுண்ணியதான ஓர் அதிர்வு ஆலாபித்து ஏகாந்தமான பயனைப் பெறுகிறது.

ஞானமயோ தேகத்தில் பிரபஞ்ச உண்மை சிறிது சிறிதாக விளங்க ஆரம்பிக்-கும் பொழுது, மனம், புத்தி, சித்தம் காயமான உடம்பினுள் லயமாகும். பொழுது மனிதன் கடவுளின் சாயலாக உணரப்படும்போது ஞானயோகம் கைவரப்படுகிறது.

சித்தர்கள் அருள் வாக்குப்படி யோகம், மூச்சுப்பயிற்சி, குண்டிலியை எழுப்பி உடற்சூட்சுகுமான சக்கரங்களை இயக்கும் பயிற்சிகள் இம்மூன்று மட்டுமே சித்-தர்கள் வலியுறுத்தும் பயிற்சிகளாகும்.

இவற்றை முழுமையாக செய்து பயன்பெற "ஞானம்" மிகவும் அவசியமாகின்-றது, ஞானம், என்பது நாம் அறிவு என்று பொருள் கொள்ளக்கூடாது. நாம் படித்து பட்டம் பெறும் அறிவு என்பது உலகாயத வாழ்வுக்கு பொருளீட்டும் வழிகளை தழுவியதாக படித்து அறியும் அறிவு.

ஞானம் என்பது இந்த அறிவையும் கடந்து நமது மனம், ஆழ்மனம், சித்தம், சிந்தனை, பிரபஞ்சம் பற்றிய தேடல் மற்றும் அமைதி பெற ஆன்மா வழி நடத்து-வது என்று எடுத்துக் கொள்ளலாம்.

இத்தகைய ஞானத்தை சித்தர்கள், ரிஷிகள் ஐந்து வகையாக விளக்கியுள்ளார்.

1. <u>மதி ஞானம்</u> –1 பிறக்கும் போதே ஒவ்வொரு உயிரினமும் ஒரு குறிப்பிட்ட அறிவோடு தான் பிறக்கின்றன. இந்த இயற்கையான அறிவையே மதிஞானம் என்கின்றனர். மூளை என்று தனியாக ஓர் உறுப்பு இல்லாத ஒரு செல் உயிரி-னங்களான பாக்டீரியா, வைரஸ் போன்ற நுண்ணுயிரிகள் கூட தம்மை தற்காத்-துக் கொள்ளும் இனப்பெருக்கம் செய்யும் அறிவு உள்ளது. அவை நமது உயிர் வாழ்தலுக்குத் தேவையான அறிவை கொண்டுள்ளனர். தாவரங்கள், விலங்குகள், ஊர்வன, பறப்பன ஆகிய இயற்கை படைப்புகள் அனைத்திற்கும் இந்த அறிவே 'மதிஞானம்'.

2. <u>கிருத ஞானம்</u> - நமது அனுபவங்களாலும் நாம் கற்கும் கல்வியினாலும் உருவாகும் ஞானமே கிருத ஞானம்.

அனுபவ அறிவு மனிதர்களுக்கு மட்டுமின்றி, வேறு பல உயிரினங்களுக்கும் உண்டு. நமது ஐம்புலன்களுக்கு இந்த அனுபவ அறிவியல் பரிமாண உணர்ச்சியின் அடிப்படையின் மிக முக்கிய பங்கு உண்டு.

3. <u>அவதி ஞானம்</u> - மதிஞானம் அனைத்து உயிர்களுக்கும் உண்டு.கிருத ஞானத்தை கல்வியால் வளர்த்துக் கொள்ளலாம். ஆனால் இந்த மூன்றாவது ஞானமாகிய அவதி ஞானத்தை பயிற்சியால் மட்டுமே பெற முடியும். (யோகம், மூச்சுப் பயிற்சி மற்றும் குண்டலினிப் பயிற்சிகள்).

4. <u>மனப்பிரிய ஞானம்</u> - இந்த ஞானம் யோகம், மூச்சுப்பயிற்சி மற்றும் குண்-டலினியை எழுப்பி சில உடல் சக்கரங்களை துரிதமாக இயக்கச் செய்யும் போது இந்த ஞானம் உருவாகிறது.

மனப்பிரிய ஞானம், ஒருவரிடம் உருவாகிவிட்டால் அவரால் பிறரது எண்ணம் ஓட்டங்களை அவர்கள் மனதில் நினைப்பதை புரிந்து கொள்ள முடியும்.

மேலும் ஒருவரது முற்பிறவிகளில் நடந்ததையும், பிறரது முற்பிறவிகளில் நடந்-தவற்றையும் அறிந்து கொள்ள முடியும்.

5. <u>கேவல் ஞானம்</u> — இதனை " திரிகால ஞானம்" என்றும் சித்தர்கள் சித்தரித்துள்ளார்கள். குண்டலினியால் ஆக்கினை சக்கரத்தை துரிதமாக இயக்கும் போது தான் இந்த திரிகால ஞானம் உருவாகும் இந்த ஞானத்தை பெற்றவர்களே

திரிகால ஞானிகள். இப்படிப்பட்ட திருஞானம் கடந்த, நிகழ், எதிர்காலங்களான துல்லியமாக உணரக்கூடிய ஞானம். அதி தீவிரமான பயிற்சி மற்றும் முறையான குருவின் அனுகிரகத்தின் மூலமே இதனை ஒருவர் பெற முடியும் என்பது கவனிக்கத்தக்கது.

மெய்ஞானம்

இந்த ஐந்து வகை ஞானத்திற்கும் முதற்பொருளான மெய்ஞானம் ஒருவருக்கு அமைந்திட வேண்டும்.

மெய் என்று சொல்லுக்கு 'உண்மை' என்று பொருளும் 'உடல்' என்ற பொருளும் உண்டு மெய்ஞானம் எனில் உண்மையான ஞானம் அல்லது நமது உடல் குறித்த ஞானம் என்றும் பொருள் கொள்ளலாம்.

இந்த மெய்ஞானம் பட்டியலில் வாயிலாக உடலிலுள்ள பல சூட்சுமமான சக்திகளை, சக்தி மையங்களை துரிதமாக இயக்குவதன் மூலமே மனிதன் உயர்நிலை ஞானங்களை எய்ந்த முடியும்.

இதையே முக்திநிலை என்பார்கள். பரமாத்வோடு ஜீவாத்மா ஒன்றாக இணைதல் என்பார்கள். இறை எனும் ஜோதியில் ஐக்கியமாகிவிடுதல் என்பார்கள்.

பிரபஞ்சத்திலுள்ள அனைத்து சக்திகளுமே நமது உடலின் உள்ளும் உள்ளன. ஆனால் மிக நுண்ணிய ஆற்றலாக அதனலே "அண்டத்தில் உள்ளதே பிண்டத்திலும் உள்ளது" என்றனர் சித்தர்கள்.

காகபுஜண்டர் என்ற சித்தர் சீர்காழி தாலுகாவில் உள்ள ஆச்சாள்புரத்தில் சிவனையும், அம்பிகையையும் வழிபட்டு கள்ளக்குறிச்சிவட்டம் தென் பொன்பரப்பு கிராமத்தில் இருக்கும் ஸ்ரீ சொர்ணாபுரீஸ்வரர் கோவிலில் ஜீவசமாதி அடைந்தார் அவருடைய உபதேசத்தின் சாரம் இங்கு விளக்குவது மிகவும் பொருத்தமாக இருக்கும் அவர் 7 கேள்விகளுக்கு விடையளிக்கிறார்.

1. கிடைத்ததற்கு அரிய பிறவு எது?

பிறவிகளில் உயர்ந்தது, கிடைத்ததற்கு அரியது மனித பிறவியே. இதற்கு ஈடாக எந்தப் பிறவியையும் சொல்ல முடியாது.

1. துன்பங்களில் கொடுமையான துன்பம் எது? மிகவும் கொடுமையான துன்பம் வறுமை இளமையில் வறுமை அதனிலும் கொடியது என்றார் ஒளவையார்.
2. இன்பங்களில்
3. மேலான இன்பம் எது?

நல்லவர்களுடன் சேர்ந்து இருப்பதே மேலான இன்பம்.

நல்லோர் இணக்கம் என்றால் பட்டினத்தார்.
சத்சங்கம்தான் உயர்ந்தது. ஆதிசங்கரர் மொழி.
நல்லாரைக் காண்பதும் ஒன்றே
நல்லமிக்க நல்லார் சொல் கேட்பதும் நன்றே
நல்லார் குணங்கள் உரைப்பதும் நன்றே
அவரோடு இணங்கி இருப்பதும் நன்றே - நாலடியார்
எனவே நல்லவர்களின் சேர்க்கைதான் என்றும் மேலான இன்பம்

5. **சாதுக்கள்** தீயவர்கள் இயல்பு என்னென்ன?

மனம், சொல், செயல் ஆகியவற்றால் அடுத்தவர்களுக்கு உதவி செய்வதே சாதுக்களின் இயல்பு. இவர்கள் பிறக்காகத் துன்பங்களைத் தாங்கிக் கொள்வார்கள். அடுத்தவர்களின் நல்வாழ்வுக்காகத் தங்களை இழக்கத் துணிவார்கள். மறந்தும் பிறன் கேடு சூழான் என்பதற்கு இலக்கணம் பிறருக்குக் கெடுதல் நினைக்க மாட்-டார்கள் இவர்களால் உலகம் வாழும்.

ஆனால் தீயவர்கள் இயல்பு இதற்கு எதிர்மறானது. மனம். வாக்கு. செயல் ஆகியவற்றால் அடுத்தவர்களுக்கு கெடுதல் செய்வதே இவர்கள் இயல்பு இவர்கள் தங்கள் நலனுக்காக மட்டுமல்ல தங்களுக்கு பலன் இல்லை என்றாலும் கூட அடுத்தவர்களுக்கு துன்பம் செய்வார்களாக, பிறரது துயரத்தில் மகிழ்வார்கள் இவர்களால் உலகம் வருந்தும்.

6. மிகப்பெரிய புண்ணியம் என்று தமிழ் மற்றும் வடமொழி வேதங்கள் எதை சொல்லுகின்றன?

எல்லா வேதங்களும் ஒட்டுமொத்தமாகச் சொல்லும் மிகப்பெரிய புண்ணியம் 'அஹிம்சை'.

7. பாவங்களில் கொடிய பாவம் எது?

அடுத்தவர்களைத் தூற்றுவதுகொடிய பாவமாக சொல்லப்படுகிறது. அறியாமை, மயக்கம் என்னும் இருளில் மூழ்கிக் கிடக்கும் அவர்களுக்கு ஞானம் என்று சூரிய ஒளி கிடைக்கவே கிடைக்கிறது.

8. எல்லோரையும் ஆட்டிப் படைக்கும் மனநோய்கள் எவை?

நாம் என்னும் அகம்பாவம், தவிர துயரம், மகிழ்ச்சி, அன்பு, பயம், பிரிவை தாங்காத, தன்மை முதலான பலமான வியாதிகள் உண்டு.

இந்த வியாதிகள் எல்லோருக்கும் இருக்கும். ஆனால் இவை தனக்குள் இருப்-பது சிலருக்குத்தான் தெரியும். பல்லாயிரக்கணக்கான மக்களின் மனநிலை இது-தான்.

இவை அனைத்திற்கும் ஒரே மருந்து கட்டுப்பாடான வாழ்க்கை நற்செயல்கள், நன்னடத்தை, துன்பங்களைத், தாங்கிக் கொள்ளும், ஆற்றல், தெளிந்த நள்ளிரவு யாகம், ஜபம், தானம் முதலானவையே நம் மன வியாதிகளைத் தீரக்கக்கூடிய மருந்துகள்.

காலம் பல கடந்த காகபுஜண்டர் இவ்வாறு மக்கள் குலம் மேன்மை அடைய பலப்பல உபதேசங்கள் செய்திருக்கிறார்.

"மனிதா நீ மகத்தானவன்"

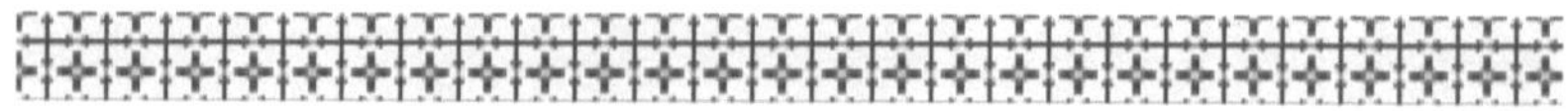

12

நம் வாழ்க்கை (நம் கையில்)

நான் ஒரு அதிர்ஷ்ட சாலி என எண்ணிக் கொள்வது பயனுள்ள ஒரு மனோபாவம் என்பதை நினைவில் வைத்துக் கொள்ளுங்கள்.

ஏன்? ஏனெனில் வாழ்க்கையில் நல்லவையே நடக்கும் என்கிற எதிர்பார்ப்பினை அது உங்களிடம் ஏற்படுத்துகின்றது. நீங்கள் எதை எதிர்பார்க்கின்றீர்களோ அது உங்களுக்கு கிடைக்கின்றது.

அமைதி - ஆனந்தம் - பேரானந்தம் என்ற எதிர்பார்ப்பை நமது ஆழ்மனதில் நாம் விதைத்து விட்டால் அது சிறுகச் சிறுக முளைத்து அதனை வளர்க்கும் விதமாக நமது வாழ்க்கையில் வரும் சோதனையான காலங்கள் கடந்து போவதை நாம் அன்றாட வாழ்க்கையில் காண முடியும்.

" இருண்ட தினத்தை மறுநாள் வரை வாழ்ந்து விட்டால், அந்த நாள் தானாகவே கழிந்து போகும்" என்று வில்லியம் கூப்பர் பல ஆண்டுகளுக்கு முன் எழுதினார்.

இது அன்றும் உண்மை. இன்றும் உண்மை என்றும் உண்மை.

மாட்டின் லூதர் கிங் ஜெர்மனியில் (1483 1546) புரடஸ்டென்ட் இயக்கத்தின் தலைவராக இருந்து. அவர் காலத்தில் போப்பாண்டவருக்கு எதிராக போர்க்கொடி உயர்த்தி பல துன்பங்களை அனுபவித்தார். இறைவன் மீதுள்ள அசராத நம்பிக்கையின் காரணமாக தோல்விகளை கண்டும் மனம் சோராமல் விடாமல் உழைத்தார்.

அப்படி இருந்தும் ஒரு நாள் மனம் உடைந்த நிலையில் இருப்பதைக் கண்டு அவர் மனைவி, கருப்பு உடைகளைத் தரித்துக்கொண்டு அவர்முன் வந்து நின்றார். மாட்டின் திகைத்தார். என்ன இன்று இப்படி கருப்பு உடைகளை அணிந்தி-

ருக்கிறாய் எனக் கேட்டார்.

அவர் மனைவி கூறினார். தெரியாதா உங்களுக்கு? இன்று அவர் இறந்து விட்டார் அதனால் துக்கம் அனுஷ்டிக்கிறேன் என்றார்.

அவரா? அவர் என்றால் எவர்? என்றார் கிங். கடவுள்தான் இறந்துவிட்டார். என்றால் மனைவி என்ன சொல்கிறாய் நீ கடவுள் இருக்க முடியுமா உனக்கு என்ன பைத்தியம் பிடித்து விட்டதா என்றார் நான் பைத்தியம் தான் கடவுள் இறக்கவில்லை என்றால் நீங்கள் ஏன் இப்படி மனம் உடைந்து மன இறுக்கத்துடன் நம்பிக்கையற்றும் துயரத்தோடும் இருக்கிறீர்கள் என்றார் அவர் மனைவி மார்ட்டின் லூதர் கிங் தனது தவறை உணர்ந்தார் துயரம் அடைந்து நம்பிக்கையற்றும் இருப்-பது சாத்தானை சேர்ந்தவர்களுடைய குணங்கள். கடவுள் இருக்கின்றார். அவர் நம்மை நல்வழி நடத்துவார், நாம் மகிழ்ச்சியோடும் நம்பிக்கையோடும் இனி இருப்-பேன் என்றார்,

வாழ்க்கை என்றால் ஆயிரம் இருக்கும்

வாசல் தோறும் வேதனை இருக்கும்

வாடி நின்றால் ஓடுவதில்லை எதையும்

தாங்கும் இதயம் இருந்தால் - என்ற கண்ணதாசன் வரிகள் பலர் வாழ்க்-கையில் ஒளி வீசும் மடைமாற்றம் செய்த காந்தவரிகள் கவிஞர் வாலு இதனை அடிக்கடி அவர் தம் நேர்காணலில் கூறி எவ்வாறு தன் வாழ்க்கையை இந்த வரி-கள் மாற்றம் செய்தது என்று பதிவிட்டிருக்கிறார்.

உலகில் பிறந்த அரசன் முதல் ஆண்டி வரை பிறந்தது முதல் இறப்பு வரை துயரம் என்ற ஒன்று இல்லாமலும் துன்பப்படாமலும், துவண்டு நில்லாமலும் வாழ்க்கையை அனுபவத்திற்கு முடியாது. இது கர்ம பூமி கர்மாக்களை கழிப்பதற்-காக பிறப்பெடுக்கும் ஒவ்வொரு உயிரும் அதன் கர்ம பலன்களை அனுபவித்து மனம் புத்தி சித்தத்தினாலே எதிர்மறையாக பயணிக்காமல் நேர்மறையான எண்-ணங்களிலும் வைராக்கியம் என்ற வாள் கொண்டு எதிர்வரும் துயரங்களையும் துன்பங்களையும் வென்று ஆழ்மன ஆற்றலின் அடித்தளமான லட்சியத்தினாலும் அமைதி என்னும் நதியிலே ஆனந்தம் என்னும் திருப்பத்தை அடைத்து பேரானந்-தம் என்னும் முக்தியை அடைய ஒவ்வொரு வாழ்நாளையும் பயன்படுத்தி வாழ்ந்து பக்குவப்பட வேண்டியுள்ளது.

வாழ்க்கைப் பாடம் என்பது ஒவ்வொரு மனிதருக்கும் அவர்தம் வாழ்வில் விளையும் நிகழ்வுகளினாலேயே வடிவமைக்கப்படுகிறது. ஒரே குடும்பத்தில் பிறந்த அனைத்து குழந்தைகளும் ஒரே மாதிரியான குடும்ப சூழ்நிலை வளர்ந்தாலும் அவர்களின் வாழ்க்கை அதாவது அவர்களுடைய 18 அல்லது 20 வயது கடக்-கும்போது அவர்களுக்கு என்று வாழ தலைப்பப்படும் போது அதன் பின்னரும் ஒரே மாதிரியான வாழ்க்கையை அனைவரும் மேற்கொள்கிறார்களா? என்றால்

ஒரே ஒரு குடும்பத்தையும் நாம் உலகில் பார்க்கவே முடியாது ,இதுதான் எதார்த்-
தமான உண்மை.

ஒவ்வொரு தனி மனிதனும் இவ்வுலகில் தனித்தனியாக பிறந்து பின்னர் புதுப்-
புது உறவுகளில் தங்களை உட்படுத்தி மாற்றிக் கொண்டு அதற்காக தம்மை
பக்குவப்படுத்திக் கொண்டும் மனதளவில் மாற்றிக் கொண்டும் வாழ்கிறார்கள்.
அதனோடே தனக்கே உள்ள ஆழ்மன உரையாடல்களில் தினமும் திலைக்கின்-
றான்.

அவனாலேயே தனக்கு அமைதி என்ற தேடலை ஆழ்மனதின் அடிநாதத்தி-
லிருந்து பெற்று அதை நோக்கிய பயணத்தில் அடியெடுத்து வைத்தால் மட்டுமே
அந்த அமைதி என்ற ஒன்று அவனுக்கு சாத்தியமாகும்.

எப்படி சாத்தியமாகும் என்றால் இப்பிரபஞ்சத்தின் ஒரு கூறுதான் நாம். பிரா-
பஞ்சத்தில் உள்ள அனைத்து ஆற்றல்களும் நம் உடம்பில் உள்ளது. முன் படித்த
அத்தியாயங்களில் விளக்கியுள்ளேன், ஆகவே நாம் தனித்து பிறந்தாலும் தனி
ஒருவராக இந்த உலகில் வாழவில்லை.

எனவே நம்மோடு பயணிக்கும் சக மக்கள் அது சொந்தமாக இருந்தாலும்
சமுதாயமாக இருந்தாலும் நம் தொடர்பில் உள்ள ஒவ்வொருவரும் நம் வாழ்வின்
ஓட்டத்தை ஏதோ ஒரு விதத்தில் ஊடுருவிச் செல்வார்களாவே உள்ளார்கள் அப்-
படி ஊடுருவி செல்லும் பொழுது ஏற்படும் அசைவுகள் நம் மனதில் இன்பம்,
துன்பம், கோபம், பொறுமை, அச்சம், சந்தேகம், துடிப்பு, உந்துதல், வருத்தம், தன்-
னம்பிக்கை தாகம், வேட்பு களிப்பு என்ற ஏதாவது ஓர் உணர்ச்சியமான அலையை
உண்டாக்கி தான் செல்வார்கள். இது யாராலும் தவிர்க்க இயலாது. அப்படி
தவிர்த்தால் நாம் மனிதர்களே அல்ல.

சித்தப்பிரமையால் உவழும் ஓர் ஐந்துவாகத்தான் இருக்க முடியும். இப்படிப்-
பட்ட பல்வேறு உணர்வுகளில் நம்மை நாம் ஆட்படுத்திக் கொள்ளும் பொழுது
நேர்மையான எண்ணங்களையும் அது சார்ந்த உணர்ச்சி அலைகளை மட்டும்
பிரித்து நாம் நம் மனதிற்கு எப்பொழுதும் தந்து கொண்டே இருக்க முடியுமானால்
அமைதி என்பது எளிதில் எப்பொழுதும் குடிகொண்டதாக இருக்கும்.

இவ்வாறு அன்றி அமையும் போது அது நமது அமைதியை பாதிக்கும் அவை-
களை நமது மனதிலும் ஏற்படுத்தும் இதற்கு இடம் கொடுக்காமல் எதிர்மறை எண்-
ணங்களாலும், பேச்சுகளாலும் அவை தூண்டும் செயல்களாலும் நமது அமைதி
என்னும் செல்வத்தை துரத்திவிட எத்தனிக்க கூடாது.

இது சாத்தியமா என்றால் அவ்வளவு எளிதான காரியம் இல்லைதான் ஆனால்
மனம் என்னும் ஓர் அரிய பொக்கிஷத்தை நமது ஆழ்மன ஆற்றலால் நித்திய
அமைதியில் இருக்க வேண்டிக்கொண்டு நான் முழுமையானவன் ஆனந்தமான-
வன் தெய்வீகத்தை உடையவன், நான் என்றும் ஒளி வீசும் ஆன்மா பிறந்தா-

லும் இறந்தாலும் அழியாத நித்திய பூரணத்துவ தன்மையுள்ள ஆத்மா இப்பிறப்-பில் இதுவும் கடந்து போகும் என்று சதாசர்வகாலமும் நம்மால் நம் ஆழ்மனதில் உரையாட முடியுமானால் அமைதி என்பது நிரந்தரமான இருப்பாக எப்பொழுதும் இருக்கும்.

இந்த பயிற்சி முறையை நாமாகத்தான் பழக்கப்படுத்திக் கொள்ள முடியுமே தவிர எத்துனை புற இன்பங்கள், பொருட்கள், மூலமும் பெற்று விட முடியாது.

நமக்கு நாம்தான் ஏற்படுத்திக் கொள்ள முடியும் சுயசார்பு அமைதி தான் நிலையானது நித்தியமானது மற்றும் நிரந்தரமானது ஆகும்.

அமைதி என்பது அவரவர் மனதில் ஏற்படும் ஓர் உணர்ச்சிபூர்வமான அலை.

இது மனிதனுக்கு மனிதன் வேறுபடும் ஒவ்வொருவருடைய சிந்தனை, செயல், சூழ்நிலை, உணர்ச்சி, பக்குவம் மற்றும் தேவை இவைகளின் அடிப்படையில் இவைகளில் தனிமனித அளவுகோள்களின் அடிப்படையில் வாழ்வின் அனுப-வங்களின் அடிப்படையிலும் அமையும் ஓர் உன்னதமான மன அலை அமைதி ஆகும்.

வாழ்க்கைக்கே விளைநிலம் நம் மனம்தான் 'அகம்' என்பது 'உள்ளம்' சுவர் — அகம். சுவர்க்கம் சுவர்க் என்றால் 'வான்' அதாவது உயிர். உயிரே நான் என்றும் உணரும் சிறப்பு நிலை.

பேரியக்க மண்டலம் முழுவதும் நீக்கமற நிறைந்த மகாகாசத்தின் சிறு கூறுதான் இவ்வுலகில் உள்ள உயிர் என்ற அகன்ற நினைவு. அந்த நிலையிலே ஒருவன் தியானத்தில் இருந்து பழகி அதை உணர்ந்து கொண்டோமேயானால் உடல் அளவிலே நான் என்ற எண்ணம் மாறி உயிர் அளவிலே நான் என்ற எண்ணம் வந்துவிடும்.

எல்லா உயிர்களுக்கும் நலம் செய்ய வேண்டும் என்ற மனப்பாங்கு மனப்பக்-குவம் வந்துவிடும். அதைத்தான் சுவர்க்கம் என்று சொன்னார்கள் மயக்கத்தில் ஆற்றிய செயல்களால் விளைந்த துன்பங்களை களைந்து அமைதி பெரும் உயர்-நிலை இதுவே.

"உன்னை நீ முழுமையாக அறியவேண்டுமெனில்,

நீ உன்னை சக மனிதர்களுக்கு உதவி புரிதலில் முழுமையாக தொலைந்து விடு".

-மகாத்மா காந்தி

" மனிதா நீ மகத்தானவன்"

13
பேரானந்தம் (இலக்கு)

ஏழையின் சிரிப்பினில் இறைவனைக் காணலாம். பேரானந்தம் என்றால் நிலை-யான ஆனந்தம் சதா சர்வ காலமும் ஆனந்த மயலோகத்தில் இருப்பது இயற்-கையில் இந்த ஆன்மா நித்திய ஆனந்த பேரானந்த பெருவெடிப்பு இருந்து வந்தது என்று சித்தர்களின் ரிஷிகளும் வேத உபநிஷத கோட்பாடுகள் பறை சான்று-கின்றன ஆனால் உண்மையில் மனிதன் வாழ தலைப்பட்ட காலம் தொட்டு சிற்சில சிற்றின்பங்களே இங்கு சிலருக்கு எட்டாக கனியாக உள்ளபோது ஆனந்தம் பேரா-னந்தம் என்ற நிலையினை எவ்வாறு சிந்திக்க தோன்றும். உண்மை மானிடப்பிறவி என்பது மகத்தான பிறப்பு என்றனர், அவ்வாறெனில் மனிதன் கீழான நிலையில் பிறக்க காரணம்; அவன் செய்த கர்ம வினைகள் என்று பண்டைய சாஸ்திரங்கள் எடுத்துரைக்கின்றன.

கர்ம வினைகளை கழிக்க பிறப்பு எடுக்கும் மனிதன் பேரானந்த பெட்டகத்தை அடைவது என்பது எவ்வாறு என்ற கேள்வி பலரது இதயத்தில் எழும் கேள்விதான் ஸ்ரீ கிருஷ்ணன் ஸ்ரீமத் பகவத்கீதையில் ஆன்மாக்கள் தம் தம் கடமையை புரிந்து எல்லா கர்ம பலன்களையும் ஈஸ்வர சமர்ப்பானமாக செய்யும் பொழுது சக தர்மங்-களில் பற்றுதலோ வேற்றுமையோ இல்லாமல் நிஸ்க்கமாய தர்மம் என்ற நிலையில் ஆற்றி வர அதர்ம பயன்களில் பற்றற்று இருக்கும் நிலையை ஒருவன் அடைந்-தான் என்றால் அவன் பேரானந்தத்தினால் முதல் நிலையில் இருக்கின்றான் என்-றும் அதற்கு ஆன்மாக்களின் பேரானந்தம் அடைய இந்த வழிதான் என்றும் உரைக்கின்றார். கடமையைச் செய் பலனை என்னிடம் ஆகுதி செய் பேரானந்தம் முன்னே தானாக வந்து பற்றும் என்று அர்ஜுனனுக்கும் உபதேசக்கின்றார். ஸ்ரீ கிருஷ்ணன்.

கர்மா என்பது நாம் வாழ்க்கையில் செய்யும் எல்லா செயல்களுமே ஆகும். பேரானந்தம் கர்மவினை சம்பந்தமானது கர்மாவை நாம் எப்படி ஆகுதி செயவது

என்ற கேள்வி எழும்.

கர்மாவை — கடமை, கண்ணியம், கட்டுப்பாடு, என்ற வரையறுக்குள் வைராக்கியம் என்னும் தவ உணர்வுடன் செய்யமுனைந்தோம் என்றால் நாம் செய்யும் செயலின் தன்மை தீர்க்கமாக செறிவூட்டப்பட்ட மூளையின் முழு ஈடு-பாட்டின் கீழ் கொண்டுவரப்படும் அப்படி செய்யப்படும் நுட்பமான அறிவாற்றலுடன் நமது மனம் அச்செயலில் வைத்து மிக்க இசையுடன் செய்யத் துவங்கும் அப்படி இசையுடன் செய்யும் செயலில் கடினமான சந்தர்ப்பங்களை நிவர்த்தி செய்ய நமது ஆக்கத்திறன் புது வழியை கண்டெடுக்கும் காரணம் நமது நோக்கத்துடன் செயல்-படும் போது புதிய அசாத்தியமான அபூர்வமான சிந்தனைகளை நமது மூளை பகுதிகளும் நமக்கு நாம் செய்யும் செயல்களில் ஒட்டுமொத்த செயலாற்றலை தந்-துவிடும்.

இவ்வாறு செய்யப்படும் கர்மவினை நமது அறிவின் துணை கொண்டு மன நிறைவுடன் செய்து முடிக்க ஏதுவாகும்.

இதன் விளைவாக எத்தகைய செயல் நமக்கும், பிறருக்கும் சமுதாயத்திற்கும் பயனுள்ளதாக அமையுமானால் அதனால் ஏற்படும் மனஎழுச்சி மகிழ்ச்சி, ஆனந்-தம் என்ற எல்லைகளைக் கடந்து பேரானந்த நிலையில் இரண்டாம் படி நிலையை அடையும்.

நாம் செய்யும் ஒரு செயல் இவ்வாறு அமைதியான மனோநிலையில் மகிழ்ச்சி ஆனந்தம் என்ற நிலைகளைக் கடந்து இரண்டாம் நிலையை கடந்து நிற்கும் பொழுது இந்த தருணத்தில் நமது மனம் நம்முடைய மூலப் பரம்பொருளின் நினை-வில் நிற்கும் அதுவே பேரானந்த நிலையில் மூன்றாம் படிநிலை என்று கொள்ள-லாம்.

இந்த நிலையைக் கடந்து செல்லும் மனப்பக்குவத்தை நம்மை வழி நடத்தி செல்லும் இறைநிலை நமக்கு 'நான்' என்ற அகங்காரம் ஏறா வண்ணம் நம்மை காத்து நம்மை வழிநடத்த நான் மானசீகமாக மனதார சரணாகதி என்ற தத்துவத்-தின் நம்மை உடல் பொருள் ஆவி அனைத்தையும் சமர்ப்பணம் செய்யும் பொழுது நமக்கு ஆறு அறிவுடன் படைத்த அந்த பிரம்மத்தை உணரும் மெய்யறிவு உணர்வு ஏற்படுவது பேரானந்தத்தில் நான்காம் படிநிலை என்றும் சொல்லலாம்.

பேரானந்த நிலையில் மெய்யறிவு என்பது நான் செய்த செயல் என்னால் செய்யப்படவில்லை என்னுள் இருந்து செய்பவன் ஈசனே அன்றி வேறு யாரும் அள்ள என்ற நினைவிலேயே நாம் நம்மை ஆற்றுப்படுத்தி வாழ்வோமேயானால் மெய்யறிவு என்ற நிலையில் பேரானந்தம் என்பதனை சதாசர்வகாலமும் நாம் உணர முடியும்.

இவ்வாறு ஏற்படும் மெய்யறிவின் நம்முடைய சித்தத்தில் அகங்காரம் சிறி-துமின்றி அனைத்து ஈசன் செயல் என்ற உயரிய தத்துவத்தின் தகைமையை

இதன் நற்பலன்களை ''ஈசாவாஸ்யா'' என்ற நிலையில் பெருந்தன்மையுடன் அதே சமயத்தில் சிறிதும் சலனமற்றும் கீழினும் கீழாக அனைத்து பலன்களையும் உலக மக்களுக்கும் அல்லது பொது அமைதிக்கும் கர்ணன் போல் வலது கை கொடுப்-பதை இடதுகை அறியாத என்ற நிலையில் சமர்ப்பணம் செய்யும் பொழுது பேரா-னந்தத்தில் ஐந்தாம் படிநிலையை துவங்கும் என்பது உறுதி இப்படியாக பலப்பல படிநிலைகளை கடந்தால் பேரானந்தம் என்பது நிலையான மன நிலையாக நம் வாழ்வில் கைகூடும்.

பேரானந்தம் என்பது இறைவனின் பிரபஞ்ச வெளியில் கொட்டிக் கிடக்கின்றது அதனைப் பெற்றுக் கொள்ளத் தான் பெரும்பாலான மனிதன் முயற்சிப்பதில்லை. தளராத முயற்சியும், தொடர் பயிற்சியும் முறையான ஒரு வழிகாட்டுதலும் அல்லது சுய தவத்தின் ஆற்றலால் அந்த ஈசனே குருவாக அமையப்பெற்றால் பேரானந்தம் என்பது ஓர் மகோன்னதமான மனநிலை, அதுவே இயற்கையின் இருப்பு நிலை. பேரண்டத்தின் பெரும் நிலை. ''நம்முள்ளும் இருக்கும் மறைநிலை''

''மனிதா நீ மகத்தானவன்''

ஓம் சாந்தி! ஓம் சாந்தி ! ஓம் சாந்தி!